ẨM THỰC VENETO

100 Công Thức Nấu Ăn Dễ Dàng Và Ngon Từ Vùng Đông Bắc Nước Ý

HOA VÕ

Tài liệu bản quyền ©2024

Đã đăng ký Bản quyền

Không phần nào của cuốn sách này được phép sử dụng hoặc truyền đi dưới bất kỳ hình thức nào hoặc bằng bất kỳ phương tiện nào mà không có sự đồng ý bằng văn bản thích hợp của nhà xuất bản và chủ sở hữu bản quyền, ngoại trừ những trích dẫn ngắn gọn được sử dụng trong bài đánh giá. Cuốn sách này không nên được coi là sự thay thế cho lời khuyên về y tế, pháp lý hoặc chuyên môn khác.

MỤC LỤC

- MỤC LỤC 3
- GIỚI THIỆU 6
- BỮA SÁNG 7
  - 1. Caffè Latte e Brioche (Cà phê và bánh mì ngọt) 8
  - 2. Bánh mì nướng Pháp Pandoro 10
  - 3. Frittelle Venete (Bánh rán lễ hội Venice) 12
  - 4. Bữa sáng Panini của Speck và Fontina 14
- CICCHETTI 16
  - 5. Baccalà Mantecato (Cá tuyết muối kem) 17
  - 6. Polpette di Sarde (Thịt viên cá mòi) 19
  - 7. Radicchio và Taleggio Crostini 21
  - 8. Prosciutto và dưa xiên 23
  - 9. Arancini al Nero di Seppia (Quả bóng mực nang Risotto) .. 25
  - 10. Gamberetti trong Salsa Rosa (Tôm sốt hồng) 27
  - 11. Funghi Trifolati (Nấm xào) 29
  - 12. Polenta con Salsiccia (Polenta với xúc xích) 31
  - 13. Đặng polenta crostini 33
  - 14. Bánh polenta nướng 36
- MÓN CHÍNH 38
  - 15. Risi e Bisi (Gạo Venice và Đậu Hà Lan) 39
  - 16. Salad đậu và thịt xông khói kiểu Venice 41
  - 17. Súp gạo và đậu kiểu Venice 43
  - 18. Thịt bê om bí đao 45
  - 19. Canederli al Formaggio (Bánh bao phô mai) 47
  - 20. Pizzoccheri della Valtellina 49
  - 21. Pasta e Fagioli Veneta (Súp mì ống và đậu kiểu Venice) .. 51
  - 22. Spezzatino di Manzo al Barolo (Thịt bò hầm rượu vang Barolo) .. 53
  - 23. Trofie al Pesto Genovese (Trofie Pasta với Genovese Pesto) .. 55
  - 24. Stracotto di Manzo (Nồi nướng) 57
  - 25. Cá hồng nướng với khoai tây và ô liu 59
- RISOTTO 61
  - 26. Risotto al Tartufo Nero (Risotto nấm truffle đen) 62
  - 27. Risotto đậu và giăm bông 64
  - 28. Cơm risotto primavera h am & măng tây 66
  - 29. Risotto al Nero di Seppia (Risotto mực nang) 68
  - 30. Risotto thịt xông khói và cà chua 70
  - 31. Pancetta Risotto với Radicchio 72
  - 32. Bí ngô Risotto 74
  - 33. Risotto thịt bò và tỏi tây 76

- 34. Risotto Cheddar và hành lá 79
- 35. Risotto củ cải đường 81
- 36. Risotto bí xanh 83
- 37. Risotto thì là với quả hồ trăn 85
- 38. Risotto khoai lang thảo mộc 87
- 39. Risotto với nấm 89
- 40. Risotto việt quất với boletus 91
- 41. Risotto măng tây nấm 93
- 42. Risotto đánh vần với nấm 95
- 43. Cơm risotto hến 97
- 44. Bánh Crab & Risotto hành lá 100
- 45. Cơm risotto cicely tôm ngọt 103
- 46. Pesto risotto quả óc chó 106
- 47. Risotto tám loại thảo mộc 108

PROSCIUTTO 110

- 48. Cốc trứng Prosciutto nướng 111
- 49. Gói bữa sáng Prosciutto và trứng 113
- 50. Trứng tráng Prosciutto và phô mai 115
- 51. Prosciutto và cà chua Frittata 117
- 52. Gà húng quế 119
- 53. Chim cút trên rau và giăm bông 121
- 54. Pizza Proscuitto và rau arugula 123
- 55. Pizza Bốn Mùa/Quattro Stagioni 125
- 56. Gà & Prosciutto với cải Brussels 127
- 57. Fettuccine với prosciutto và măng tây 129
- 58. Fusilli với prosciutto và đậu Hà Lan 131
- 59. Fusilli với nấm đông cô, bông cải xanh và sốt prosciutto ... 133
- 60. Pappardelle với prosciutto và đậu Hà Lan 135
- 61. Salami và Brie Crostini 137
- 62. Proscuitto và Mozarella Bruschetta 139
- 63. Tôm cẩn bạc hà 141
- 64. Lê, Củ cải Microgreen & Prosciutto Bite 143
- 65. Cốc prosciutto muffin 145
- 66. Quả bơ prosciutto 147

NGỌT VÀ TRÁNG MIỆNG 149

- 67. Gubana (Bánh ngọt nhân ngọt) 150
- 68. Táo và Ricotta Crostata 152
- 69. Bánh táo Trentino (Torta di Mele Trentina) 154
- 70. Kem Chiên Venice 156
- 71. Panna cotta sốt caramel 158
- 72. Panna Cotta Sôcôla 160
- 73. Bánh kem caramel 162
- 74. Đào nướng kiểu Ý 164

- 75. Kem Tiramisu 166
- 76. Bánh Tiramisu 168
- 77. Honey ed pudding 171
- 78. Mật ong đông lạnh Semifreddo 173
- 79. Zabaglione 175
- 80. Affogato 177
- 81. Kem quế bột yến mạch 179
- 82. Gelato sô cô la đôi 181
- 83. Gelato dâu-anh đào 183
- 84. Lớp bánh sừng bò bơ với prosciutto 185
- 85. Bánh tart đào balsamic và brie 187
- 86. Bánh tart hành tây và prosciutto 189
- 87. Bánh mì cà chua ô liu Prosciutto 191
- 88. bánh mì kẹp thịt màu cam Prosciutto 193
- 89. Prosciutto kẹo 195
- 90. Bánh khoai tây phô mai Mozzarella và prosciutto 197
- 91. Panna Cotta Đậu Xanh Với Prosciutto 199
- 92. Gelato chanh hạt chia 202
- 93. Kem Gateau sô-cô-la và anh đào 204
- 94. Bom sô cô la 207
- 95. Alaska nướng dứa 209
- 96. Kem gelato nhúng sô-cô-la 211
- 97. Cappuccino sinh tố 213
- 98. Quả sung luộc trong rượu vang đỏ có gia vị kèm gelato 215
- 99. Bánh kem gelato Pina colada meringue 217
- 100. Bánh Gelato dâu Meringue 219

PHẦN KẾT LUẬN 222

GIỚI THIỆU

Bắt tay vào hành trình ẩm thực đến trung tâm vùng Đông Bắc nước Ý với "Ẩm thực veneto", bộ sưu tập gồm 100 công thức nấu ăn dễ làm và ngon miệng thể hiện hương vị và truyền thống phong phú của vùng Veneto. Cuốn sách nấu ăn này mời bạn khám phá những kỳ quan ẩm thực của Venice, Verona và những phong cảnh đẹp như tranh vẽ tạo nên nét đặc trưng cho góc này của nước Ý. Hãy tham gia cùng chúng tôi để tôn vinh sự đơn giản, sang trọng và hương vị đặc biệt đã khiến ẩm thực Venice trở thành một niềm vui thực sự.

Hãy tưởng tượng những con kênh lãng mạn của Venice, những ngọn đồi thoai thoải của vườn nho Prosecco và những khu chợ nhộn nhịp tràn ngập sản phẩm tươi sống và hải sản. "Ẩm thực veneto" không chỉ là một cuốn sách dạy nấu ăn; đó là một chuyến tham quan ẩm thực nắm bắt được bản chất của vùng Veneto. Cho dù bạn đang khao khát những món ăn thịnh soạn của vùng núi, hải sản hấp dẫn của bờ biển Adriatic hay hương vị ngọt ngào của bánh ngọt Venice, những công thức này được tạo ra để đưa bạn đến trung tâm vùng Đông Bắc nước Ý.

Từ món risotto thơm ngon đến mì ống hải sản tinh tế, từ polenta thơm ngon đến tiramisu đậm đà, mỗi công thức là sự tôn vinh hương vị đa dạng và thú vị phát triển mạnh mẽ ở Veneto. Cho dù bạn là một đầu bếp dày dạn đang tìm cách tái tạo hương vị của vùng hay một đầu bếp gia đình thích phiêu lưu mong muốn khám phá những lãnh thổ ẩm thực mới, "Ẩm thực của veneto" là hướng dẫn để mang sự ấm áp và hương vị của vùng Đông Bắc nước Ý đến bàn ăn của bạn.

Hãy tham gia cùng chúng tôi khi khám phá những căn bếp của Veneto, nơi mỗi món ăn là minh chứng cho sự tươi ngon của nguyên liệu địa phương, sự tinh thông các kỹ thuật đơn giản và niềm vui thưởng thức cuộc sống. Vì vậy, hãy thu thập dầu ô liu của bạn, thưởng thức hương vị của Prosecco và bắt tay vào cuộc phiêu lưu ẩm thực thông qua "Ẩm thực của veneto".

BỮA SÁNG

1.Caffè Latte e Brioche (Cà phê và bánh mì ngọt)

THÀNH PHẦN:
- Bánh brioche tươi hoặc bánh sừng bò
- Cà phê Ý đậm đà
- Sữa

HƯỚNG DẪN:
a) Pha một tách cà phê Ý đậm đà.
b) Đun nóng sữa trên bếp hoặc trong lò vi sóng.
c) Đổ cà phê vào cốc và dùng kèm với sữa ấm.
d) Thưởng thức brioche bằng cách nhúng nó vào cà phê hoặc phết mứt.

2. Bánh mì nướng Pháp Pandoro

THÀNH PHẦN:
- Những lát Pandoro (bánh Giáng sinh của Ý)
- 2 quả trứng
- 1/2 cốc sữa
- 1 muỗng cà phê chiết xuất vani
- Bơ để chiên
- Xi-rô phong và đường bột để phục vụ

HƯỚNG DẪN:
a) Đánh trứng, sữa và chiết xuất vani trong tô.
b) Nhúng các lát Pandoro vào hỗn hợp, phủ từng mặt.
c) Đun nóng bơ trong chảo và chiên các lát cho đến khi có màu vàng nâu.
d) Ăn kèm với si-rô phong và một ít đường bột.

3.Frittelle Venete (Bánh rán lễ hội Venice)

THÀNH PHẦN:
- 250g bột mì đa dụng
- 2 quả trứng
- 250ml sữa
- 50g đường
- 1 gói (7g) men khô hoạt tính
- Vỏ của 1 quả chanh
- Một nhúm muối
- Dầu thực vật để chiên
- Đường bột để rắc đường

HƯỚNG DẪN:
a) Trong một cái bát, trộn bột mì, đường, men và một chút muối.
b) Trong một bát riêng, đánh trứng, sữa và vỏ chanh.
c) Kết hợp các thành phần ướt và khô, khuấy đều cho đến khi tạo thành bột mịn.
d) Che và để nó tăng trong khoảng 1-2 giờ.
e) Đun nóng dầu trong chảo. Thả từng thìa bột vào dầu và chiên cho đến khi vàng nâu.
f) Xả trên khăn giấy, rắc đường bột và dùng nóng.

4.Bữa sáng Panini của Speck và Fontina

THÀNH PHẦN:
- Ciabatta hoặc bánh mì Ý
- Hạt thái lát mỏng (prosciutto hun khói)
- Những lát phô mai Fontina
- 1 muỗng canh dầu ô liu

HƯỚNG DẪN:
a) Xếp các lát lốm đốm và Fontina lên trên bánh mì.
b) Rưới dầu ô liu lên mặt ngoài của bánh mì.
c) Nướng trong máy ép panini hoặc trên chảo cho đến khi phô mai tan chảy và bánh mì giòn.
d) Cắt lát và dùng nóng.

CICCHETTI

5.Baccalà Mantecato (Cá tuyết muối kem)

THÀNH PHẦN:
- 200g cá tuyết muối, ngâm nước và khử muối
- 1 tép tỏi, băm nhỏ
- 100ml dầu ô liu nguyên chất
- Rau mùi tây tươi, xắt nhỏ
- Những lát bánh mì giòn

HƯỚNG DẪN:
a) Luộc cá tuyết muối cho đến khi bong ra dễ dàng. Xả và để nguội.
b) Xay nhuyễn cá tuyết và trộn với tỏi băm.
c) Dần dần thêm dầu ô liu trong khi đánh cho đến khi đạt được độ sệt như kem.
d) Phết kem cá tuyết lên những lát bánh mì giòn.
e) Trang trí với rau mùi tây cắt nhỏ và phục vụ.

6. Polpette di Sarde (Thịt viên cá mòi)

THÀNH PHẦN:
- 200g cá mòi tươi, làm sạch và bỏ xương
- 1/2 chén vụn bánh mì
- 1 quả trứng
- 2 muỗng canh phô mai Parmesan bào
- Bạc hà tươi, xắt nhỏ
- Dầu ô liu để chiên

HƯỚNG DẪN:
a) Cắt nhỏ cá mòi.
b) Trộn cá mòi, vụn bánh mì, trứng, phô mai Parmesan và bạc hà vào tô.
c) Tạo thành những viên thịt nhỏ và chiên trong dầu ô liu cho đến khi vàng.
d) Ăn kèm với tăm.

7.Radicchio và Taleggio Crostini

THÀNH PHẦN:
- Những lát bánh mì baguette hoặc bánh mì Ý
- Radicchio, thái lát mỏng
- Phô mai Taleggio, thái lát
- Mật ong để làm mưa phùn

HƯỚNG DẪN:
a) Nướng các lát bánh mì.
b) Đặt những lát radicchio và Taleggio lên trên.
c) Mưa phùn với mật ong.
d) Đun cho đến khi phô mai tan chảy và sủi bọt.
e) Phục vụ ấm áp.

8. Prosciutto và dưa xiên

THÀNH PHẦN:
- lát Prosciutto
- Dưa, cắt thành khối vừa ăn
- Men balsamic cho mưa phùn

HƯỚNG DẪN:
a) Quấn các lát prosciutto quanh các khối dưa.
b) Xiên từng cái bằng tăm.
c) Sắp xếp trên một đĩa phục vụ.
d) Rưới men balsamic ngay trước khi dùng.

9. Arancini al Nero di Seppia (Quả bóng mực nang Risotto)

THÀNH PHẦN:
- Risotto còn sót lại (tốt nhất là với mực nang)
- Phô mai mozzarella, cắt thành khối nhỏ
- vụn bánh mì
- Trứng
- Dầu thực vật để chiên

HƯỚNG DẪN:
a) Lấy một lượng nhỏ risotto lạnh và làm phẳng nó trong tay.
b) Đặt một khối mozzarella vào giữa và tạo hình risotto xung quanh thành một quả bóng.
c) Nhúng quả bóng vào trứng đã đánh rồi lăn qua vụn bánh mì.
d) Chiên cho đến khi vàng nâu và giòn.
e) Ăn nóng với rắc muối.

10. Gamberetti trong Salsa Rosa (Tôm sốt hồng)

THÀNH PHẦN:
- Tôm luộc chín, bóc vỏ và bỏ chỉ
- Sốt cocktail (mayonnaise và sốt cà chua trộn)
- nêm chanh
- Măng tây tươi

HƯỚNG DẪN:
a) Phủ từng con tôm trong nước sốt cocktail.
b) Xiên tôm bằng tăm.
c) Trang trí với một ít nước cốt chanh và rau mùi tây cắt nhỏ.
d) Dùng lạnh.

11.Funghi Trifolati (Nấm xào)

THÀNH PHẦN:
- Nấm tươi rửa sạch, thái lát
- Dầu ô liu
- Tỏi, băm nhỏ
- húng tây tươi
- Muối và hạt tiêu cho vừa ăn
- Bruschetta hoặc bánh mì giòn

HƯỚNG DẪN:
a) Xào nấm trong dầu ô liu cho đến khi chúng nhả hơi ẩm.
b) Thêm tỏi băm và nấu cho đến khi có mùi thơm.
c) Nêm húng tây tươi, muối và hạt tiêu.
d) Phục vụ trên bruschetta hoặc cùng với bánh mì giòn.

12.Polenta con Salsiccia (Polenta với xúc xích)

THÀNH PHẦN:
- Polenta, cắt thành hình vuông
- Xúc xích Ý nấu chín, thái lát
- Nước sốt cà chua
- Phô mai Parmesan bào
- Lá húng quế tươi để trang trí

HƯỚNG DẪN:
a) Nướng hoặc chiên các lát polenta cho đến khi vàng.
b) Đặt một lát xúc xích đã nấu chín lên trên mỗi lát polenta.
c) Rưới một ít nước sốt cà chua lên xúc xích.
d) Rắc phô mai Parmesan và trang trí với húng quế tươi.

13. Đắng polenta crostini

THÀNH PHẦN:
- 1 gói Polenta
- 200 gram phô mai Parmesan, tươi bào sợi
- Dầu ô liu để đánh răng
- 3 quả cà chua mận, gọt vỏ, bỏ hạt và thái hạt lựu
- 1 tép tỏi, bóc vỏ và thái nhỏ
- 6 lá húng quế tươi, xé nhỏ
- 4 muỗng canh dầu ô liu nguyên chất
- Muối biển và hạt tiêu đen mới xay
- 350 g Các loại rau hỗn hợp như bí, cà tím, cắt nhỏ và thái lát
- 1 muỗng cà phê lá húng tây tươi
- 1 muỗng canh giấm balsamic
- 75 gram phô mai Dolcelatte, thái lát
- 6 lát giăm bông Parma mỏng, mỗi lát cắt đôi

HƯỚNG DẪN:
ĐỐI VỚI POENTA:
a) Đầu tiên, chuẩn bị polenta theo hướng dẫn trên gói.
b) Đánh phô mai Parmesan vào polenta.
c) Trải polenta vào khay nướng lớn để tạo thành một lớp dày khoảng 2,5cm.
d) Để lại mat.

ĐỐI VỚI CÀ CHUA AL CRUDO:
a) Cho cà chua vào tô rồi cho tỏi, húng quế và 2 thìa dầu vào đảo đều.
b) Nêm kỹ với muối và hạt tiêu đen mới xay.

ĐỐI VỚI RAU CỦ NƯỚNG ƯỚP:
a) Làm nóng vỉ nướng cho đến khi bốc khói, sau đó thêm lượng dầu còn lại và đặt rau lên vỉ nướng.
b) Chiên khoảng 3-4 phút mỗi mặt cho đến khi có màu vàng nâu.
c) Chuyển sang tô và nêm muối tiêu đen mới xay và lá húng tây.
d) Thêm giấm balsamic.

ĐỂ LẮP RÁP:
a) Sau khi polenta nguội và rắn chắc, hãy cắt nó thành những ngón tay dày và dài.
b) Làm nóng lò nướng trước. Quét dầu ô liu lên các ngón tay polenta và đặt lên chảo nướng có lót giấy bạc.
c) Nướng polenta dưới vỉ nướng trong 2 phút mỗi mặt cho đến khi có màu vàng nâu và giòn.
d) Một phần ba số ngón tay polenta trên cùng có phô mai dolcelatte và giăm bông Parma xù xì.
e) Nướng thêm 2 phút cho đến khi phô mai tan chảy và sủi bọt.
f) Phủ một phần ba ngón tay polenta khác với cà chua al crudo và phần còn lại với rau nướng hỗn hợp.
g) Phục vụ polenta crostini trên một đĩa lớn.

14.Bánh polenta nướng

THÀNH PHẦN:
- 2 tép tỏi; Thái nhỏ
- ¼ thìa cà phê Tiêu đen
- 2 cốc nước
- 2 muỗng canh dầu ô liu nguyên chất
- 2 cốc nước dùng
- ⅓ cốc phô mai Cotija, cắt nhỏ
- 1 cốc Polenta
- 4 muỗng canh dầu ô liu để đánh răng
- ½ củ hành tím; Thái nhỏ
- 1 thìa cà phê muối biển
- 2 muỗng canh bơ không muối

HƯỚNG DẪN:
a) Trong một cái chảo lớn nặng, đun nóng dầu ô liu trên lửa nhỏ.
b) Nấu hành tây khoảng 3 phút trước khi thêm tỏi.
c) Để lửa lớn, đun sôi nước kho, nước và muối.
d) Giảm nhiệt xuống thấp và sau khi chất lỏng sôi, từ từ nhỏ từng dòng mỏng vào polenta, khuấy liên tục.
e) Giảm nhiệt xuống mức rất thấp và tiếp tục khuấy trong 25 đến 30 phút hoặc cho đến khi các hạt polenta mềm.
f) Thêm hạt tiêu đen, Cotija và bơ vào rồi trộn đều.
g) Đổ polenta vào chảo rang và trải đều.
h) Để yên trong 1 giờ ở nhiệt độ phòng.
i) Thoa dầu vào khay nướng. Quét dầu ô liu lên polenta và cắt thành 8 ô vuông.
j) Làm nóng trước chảo nướng và nướng các miếng vuông trong 9 phút mỗi mặt hoặc cho đến khi có màu vàng nâu.

MÓN CHÍNH

15. Risi e Bisi (Gạo Venice và đậu Hà Lan)

THÀNH PHẦN:
- 1 chén gạo Arborio
- 1 chén đậu Hà Lan tươi (hoặc đông lạnh)
- 1 củ hành tây nhỏ, thái nhỏ
- 2 thìa bơ
- 4 chén nước luộc rau hoặc gà
- Muối và hạt tiêu cho vừa ăn
- Phô mai Parmesan bào để phục vụ

HƯỚNG DẪN:
a) Trong chảo, xào hành tây xắt nhỏ trong bơ cho đến khi trong suốt.
b) Thêm gạo và nấu trong vài phút cho đến khi chín nhẹ.
c) Đổ vào một cốc nước dùng và khuấy cho đến khi hấp thụ. Tiếp tục thêm nước dùng dần dần.
d) Khi cơm gần chín, cho đậu Hà Lan tươi hoặc đông lạnh vào.
e) Nấu cho đến khi gạo mềm và đậu Hà Lan mềm. Nêm với muối và hạt tiêu.
f) Ăn nóng, rắc phô mai Parmesan bào lên trên.

16. Salad đậu và thịt xông khói kiểu Venice

THÀNH PHẦN:
- 5 lát pancetta, cắt nhỏ và nấu chín
- 1 lọ ớt đỏ nướng 8 oz, để ráo nước và cắt nhỏ
- 1 cốc cà chua bi, giảm một nửa
- 3 muỗng canh dầu ô liu nguyên chất
- 1 pound rau bina tươi
- 2 tép tỏi, xắt nhỏ
- 1 15 oz. lon đậu cannellini, rửa sạch và để ráo nước
- 3 muỗng canh giấm rượu vang đỏ
- 1/2 muỗng cà phê muối
- 1/2 muỗng cà phê tiêu đen xay tươi
- 1/2 muỗng cà phê đường
- 1/4 chén mùi tây lá phẳng Ý tươi, xắt nhỏ
- 1/4 chén húng quế tươi, xắt nhỏ

HƯỚNG DẪN:
a) Trong một tô cỡ vừa, trộn thịt xông khói, ớt và cà chua với nhau.
b) Rửa sạch rau bina và cắt cuống.
c) Trong chảo lớn, xào rau bina và tỏi trong dầu ô liu cho đến khi rau bina héo.
d) Khuấy đậu cannellini và nấu trong 1 phút.
e) Thêm giấm, muối, hạt tiêu và đường vào nấu trong 1 phút.
f) Đặt hỗn hợp lên đĩa phục vụ và phủ hỗn hợp pancetta, hạt tiêu và cà chua lên trên. Phục vụ ấm áp.

17. Súp gạo và đậu kiểu Venice

THÀNH PHẦN:
- 1 củ hành vàng, xắt nhỏ
- 2 tép tỏi, xắt nhỏ
- 1 muỗng canh dầu ô liu nguyên chất
- 5 thìa bơ
- 1 10oz. Gói đậu Hà Lan đông lạnh
- 1/2 muỗng cà phê muối
- 1/2 muỗng cà phê tiêu đen xay tươi
- 1 chén gạo Arborio, chưa nấu chín
- 6 chén nước luộc gà
- 1/4 chén rau mùi tây Ý tươi
- 1/2 chén phô mai parmesan tươi bào

HƯỚNG DẪN:
a) Trong một nồi lớn xào hành và tỏi trong dầu ô liu và bơ cho đến khi mềm.
b) Thêm đậu Hà Lan và nấu trong 2 đến 3 phút.
c) Nêm với muối và hạt tiêu.
d) Thêm gạo và khuấy trong vài phút.
e) Khuấy nước luộc gà và đun sôi.
f) Giảm nhiệt và đun nhỏ lửa trong khoảng 30 phút cho đến khi gạo mềm.
g) Khuấy mùi tây.
h) Tắt bếp và cho phô mai parmesan vào ngay trước khi dùng.

18. Thịt bê om bí đao

THÀNH PHẦN:
- 1 quả bí đỏ, cắt đôi, bỏ hạt và chất xơ.
- 3 muỗng canh dầu ô liu nguyên chất
- 1 thìa bơ
- 2 củ hành vàng cỡ vừa, xắt nhỏ
- 2 tép tỏi, xắt nhỏ
- 2 muỗng canh hương thảo tươi
- 2 pound thịt bê khối
- 1/2 muỗng cà phê muối
- 1 muỗng cà phê tiêu đen xay tươi
- 1 cốc rượu Marsala
- 2 chén nước luộc thịt bò

HƯỚNG DẪN:
a) Gọt vỏ bí ngô và cắt thành miếng 1/2 inch.
b) Trong 3 lít nước muối sôi, nấu bí cho đến khi mềm.
c) Xả và đặt sang một bên.
d) Trong một chảo nhỏ, xào hành, tỏi và lá hương thảo với 2 muỗng canh dầu ô liu cho đến khi hành tây chuyển màu trong suốt. Để qua một bên.
e) Trong một chiếc nồi lớn, chiên vàng đều các mặt thịt bê với lượng dầu và bơ còn lại>
f) Nêm với muối và hạt tiêu.
g) Thêm Marsala và nấu trong 2 phút.
h) Thêm hỗn hợp hành tây. bí đỏ và nước dùng rồi đun sôi.
i) Giảm nhiệt để đun nhỏ lửa, đậy nắp và nấu trong 1 đến 1 tiếng rưỡi cho đến khi thịt mềm và bí xay nhuyễn.

19.Canederli al Formaggio (Bánh bao phô mai)

THÀNH PHẦN:
- 300g bánh mì cũ, cắt thành khối
- 1 cốc sữa
- 2 quả trứng
- 150g phô mai (Fontina hoặc Asiago), bào sợi
- 1/4 cốc bơ
- 1/4 chén vụn bánh mì
- Muối và hạt nhục đậu khấu để nếm thử

HƯỚNG DẪN:
a) Ngâm khối bánh mì trong sữa cho đến khi mềm.
b) Trộn trứng, phô mai bào, muối và một chút hạt nhục đậu khấu.
c) Tạo thành hỗn hợp thành những chiếc bánh bao nhỏ.
d) Nấu bánh bao trong nước muối sôi cho đến khi nổi lên.
e) Trong một chảo riêng, làm tan bơ và chiên vụn bánh mì cho đến khi vàng.
f) Lăn bánh bao trong hỗn hợp vụn bánh mì.
g) Phục vụ ấm áp.

20. Pizzoccheri della Valtellina

THÀNH PHẦN:
- 250g mì ống pizzoccheri (mì kiều mạch)
- 200g bắp cải Savoy, cắt nhỏ
- 150g khoai tây, gọt vỏ và thái hạt lựu
- 100g bơ
- 1 tép tỏi, băm nhỏ
- 200g phô mai Valtellina Casera, bào sợi
- 100g phô mai Parmesan, bào sợi
- Muối và hạt tiêu cho vừa ăn

HƯỚNG DẪN:

a) Nấu mì ống pizzoccheri, bắp cải và khoai tây trong nước sôi có muối.
b) Trong một chảo riêng, làm tan bơ và xào tỏi băm.
c) Để ráo mì ống và rau củ, sau đó trộn với bơ và tỏi.
d) Thêm phô mai Valtellina Casera và Parmesan bào.
e) Nêm với muối và hạt tiêu.
f) Ăn nóng.

21. Pasta e Fagioli Veneta (Súp mì ống và đậu kiểu Venice)

THÀNH PHẦN:
- 250g mì ống (như ditalini hoặc vỏ nhỏ)
- 1 chén đậu borlotti, nấu chín
- 1 củ hành tây, xắt nhỏ
- 2 tép tỏi, băm nhỏ
- 2 muỗng canh bột cà chua
- 1/4 chén dầu ô liu
- 1 lít nước luộc rau
- Muối và hạt tiêu cho vừa ăn
- Rau mùi tây tươi, cắt nhỏ để trang trí

HƯỚNG DẪN:
a) Trong nồi, xào hành và tỏi trong dầu ô liu cho đến khi mềm.
b) Thêm bột cà chua và nấu trong vài phút.
c) Thêm đậu borlotti nấu chín và nước luộc rau.
d) Đun sôi rồi thêm mì ống. Nấu cho đến khi mì ống chín đều.
e) Nêm muối và hạt tiêu, trang trí với rau mùi tây tươi.
f) Ăn nóng.

22. Spezzatino di Manzo al Barolo (Thịt bò hầm rượu vang Barolo)

THÀNH PHẦN:
- 500g thịt bò hầm, cắt hạt lựu
- 1 củ hành tây, thái nhỏ
- 2 củ cà rốt, thái hạt lựu
- 2 cọng cần tây, thái hạt lựu
- 2 tép tỏi, băm nhỏ
- 1 cốc rượu Barolo
- 2 chén nước luộc thịt bò
- 2 muỗng canh bột cà chua
- Hương thảo tươi và húng tây
- Dầu ô liu
- Muối và hạt tiêu cho vừa ăn

HƯỚNG DẪN:
a) Trong nồi, làm nâu khối thịt bò trong dầu ô liu.
b) Thêm hành tây, cà rốt, cần tây và tỏi. Xào cho đến khi rau mềm.
c) Khuấy bột cà chua và nấu trong vài phút.
d) Đổ rượu Barolo vào và để cho nó giảm bớt.
e) Thêm nước dùng thịt bò, rau thơm tươi, muối và hạt tiêu.
f) Đun nhỏ lửa cho đến khi thịt mềm.
g) Phục vụ trên polenta hoặc khoai tây nghiền.

23.Trofie al Pesto Genovese (Trofie Pasta với Genovese Pesto)

THÀNH PHẦN:
- 400g mì ống trofie
- 2 chén lá húng quế tươi
- 1/2 chén phô mai Pecorino bào
- 1/2 chén phô mai Parmesan bào
- 1/2 chén hạt thông
- 2 tép tỏi
- Dầu ô liu nguyên chất
- Muối và hạt tiêu cho vừa ăn

HƯỚNG DẪN:
a) Nấu mì trofie trong nước sôi có muối cho đến khi chín.
b) Trong máy xay thực phẩm, trộn húng quế, Pecorino, Parmesan, hạt thông và tỏi.
c) Dần dần thêm dầu ô liu cho đến khi tạo thành một loại pesto mịn.
d) Trộn mì ống đã nấu chín với pesto.
e) Nêm với muối và hạt tiêu.
f) Ăn kèm thêm phô mai bào lên trên.

24. Stracotto di Manzo (Nồi nướng)

THÀNH PHẦN:
- 1,5kg thịt bò nướng
- 1 củ hành tây, thái lát
- 2 củ cà rốt, thái hạt lựu
- 2 cọng cần tây, thái hạt lựu
- 2 tép tỏi, băm nhỏ
- 2 cốc rượu vang đỏ
- 1 chén nước luộc thịt bò
- 2 muỗng canh bột cà chua
- Hương thảo tươi và húng tây
- Dầu ô liu
- Muối và hạt tiêu cho vừa ăn

HƯỚNG DẪN:
a) Làm nóng lò ở nhiệt độ 160°C (325°F).
b) Nêm thịt bò nướng với muối và hạt tiêu.
c) Trong lò nướng kiểu Hà Lan, nướng vàng các mặt trong dầu ô liu.
d) Thêm hành tây, cà rốt, cần tây và tỏi. Xào cho đến khi rau mềm.
e) Khuấy bột cà chua và nấu trong vài phút.
f) Đổ rượu vang đỏ và nước luộc thịt bò vào. Thêm các loại thảo mộc tươi.
g) Đậy nắp và chuyển nồi vào lò nướng. Nấu trong 2-3 giờ hoặc cho đến khi thịt mềm.
h) Phục vụ các lát thịt nướng với rau và nước ép chảo.

25. Cá hồng nướng với khoai tây và ô liu

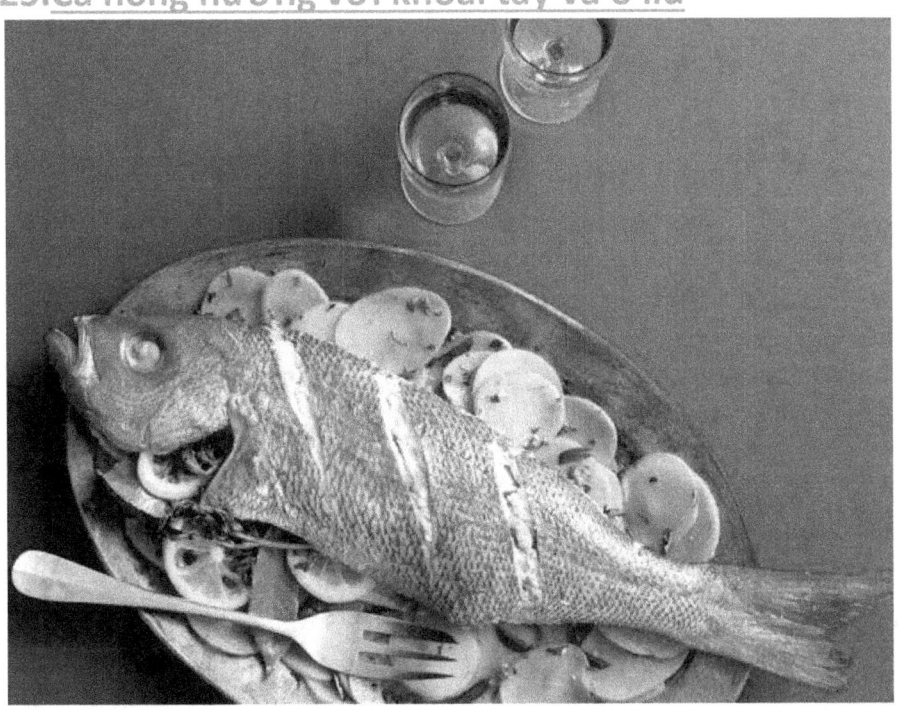

THÀNH PHẦN:
- 4 củ khoai tây nướng lớn, gọt vỏ và thái lát mỏng
- 6 muỗng canh dầu ô liu nguyên chất
- 1 muỗng canh hương thảo tươi, xắt nhỏ
- 1 muỗng cà phê muối
- 1 muỗng cà phê tiêu đen xay tươi
- 15 quả cà chua bi, giảm một nửa
- 1 chén ô liu Gaeta hoặc Kalamata, bỏ hạt
- 1 con cá hồng lớn nguyên con hoặc cá vược đen, đã làm sạch và đánh vảy
- 1/2 chén mùi tây lá phẳng Ý tươi, xắt nhỏ
- 3 nhánh húng tây
- 1 và 1/2 chén rượu trắng khô

HƯỚNG DẪN:
a) Làm nóng lò ở nhiệt độ 400 độ.
b) Trong một tô lớn, trộn khoai tây, 3 muỗng canh dầu ô liu và hương thảo.
c) Ướp khoai tây với muối và hạt tiêu
d) Đặt hỗn hợp khoai tây vào đĩa nướng.
e) Thêm cà chua và ô liu rồi rưới thêm một ít dầu lên trên.
f) Nêm cá với muối và hạt tiêu.
g) Nhồi cá với rau mùi tây và húng tây.
h) Đặt cá lên trên khoai tây và chà xát phần dầu ô liu còn lại lên trên.
i) Đổ rượu trắng xung quanh cá.
j) Đậy nắp nướng bằng giấy nhôm và nướng trong 50 phút.
k) Lấy giấy bạc ra, nếm cá và nướng cá lâu hơn khoảng 20 phút.
l) Đặt cá lên thớt.
m) Đổ hỗn hợp khoai tây ra đĩa lớn.
n) Phi lê cá và đặt lên trên khoai tây, cà chua và ô liu.
o) Rưới nước ép chảo lên trên và phục vụ.

RISOTTO

26. Risotto al Tartufo Nero (Risotto nấm truffle đen)

THÀNH PHẦN:
- 2 chén gạo Arborio
- 1/2 chén rượu trắng khô
- 1 củ hành tây nhỏ, thái nhỏ
- 2 tép tỏi, băm nhỏ
- 1/4 chén bột truffle đen hoặc dầu
- 4 chén nước luộc gà hoặc rau
- Phô mai Parmesan bào
- Hẹ tươi, cắt nhỏ để trang trí
- Muối và hạt tiêu cho vừa ăn

HƯỚNG DẪN:
a) Xào hành và tỏi trong bột truffle hoặc dầu cho đến khi mềm.
b) Thêm gạo và nấu trong vài phút.
c) Đổ rượu vào và nấu cho đến khi bay hơi.
d) Từ từ thêm nước dùng nóng vào, khuấy thường xuyên cho đến khi cơm chín như kem.
e) Nêm với muối và hạt tiêu.
f) Khuấy phô mai Parmesan bào và trang trí với hẹ tươi.
g) Phục vụ ngay lập tức.

27. Risotto đậu và giăm bông

THÀNH PHẦN:
- chân giò chưa hun khói 1kg
- cà rốt, hành tây và cần tây mỗi thứ 1 củ, xắt nhỏ
- bó hoa trang trí 1
- hạt tiêu đen 1 muỗng cà phê

RISOTTO
- rau mùi tây lá dẹt một bó nhỏ, lá và thân cắt nhỏ
- bơ 2 muỗng canh
- dầu ô liu 2 muỗng canh
- củ hành 1 củ lớn, thái hạt lựu
- tỏi 2 tép, nghiền nát
- cơm risotto 300g
- rượu vang trắng 150ml
- đậu Hà Lan đông lạnh 400g
- parmesan 50g, bào sợi

HƯỚNG DẪN:

a) Rửa sạch chân giò và cho vào chảo lớn cùng với phần nước còn lại cũng như cọng mùi tây từ món risotto.

b) Đổ nước vừa đun sôi vào và đun nhỏ lửa, đậy nắp trong 3-4 giờ, loại bỏ tạp chất nổi lên trên bề mặt và đổ thêm nếu cần, cho đến khi thịt tách ra khỏi xương. Lấy vòng chân ra khỏi chất lỏng và để nguội một chút.

c) Lọc và nếm thử nước dùng (nên có 1,5 lít) – nước dùng sẽ khá mặn và có nhiều hương vị. Đổ vào chảo trên lửa nhỏ.

d) Đun nóng 1 thìa bơ và dầu trong chảo sâu lòng trên lửa vừa. Chiên hành tây trong 10 phút cho đến khi mềm. Cho tỏi vào xào trong 1 phút rồi cho gạo vào nấu khoảng 2-3 phút để rang cơm.

e) Đổ rượu và bọt vào cho đến khi gần hết, sau đó thêm nước kho vào, mỗi lần múc một thìa đầy, khuấy đều trong 20-25 phút hoặc cho đến khi gạo mềm và mịn như kem.

f) Loại bỏ da khỏi chân giò, cắt nhỏ thịt và loại bỏ xương.

g) Khuấy hầu hết giăm bông và tất cả đậu Hà Lan vào risotto. Khuấy cho đến khi đậu mềm. Tắt bếp, cho parmesan và bơ còn lại vào, đậy nắp và để yên trong 10 phút.

h) Rắc phần giăm bông còn lại, một chút dầu và mùi tây.

28. Cơm risotto primavera h am & măng tây

THÀNH PHẦN:
- 1 chân giò hun khói, ngâm qua đêm nếu cần
- cà rốt 1
- bơ không muối 100g, thái hạt lựu
- 3 củ hành vừa, 2 củ thái hạt lựu
- tỏi 2 tép
- húng tây một nhánh, thái nhỏ
- cơm risotto 200g
- lúa mạch ngọc trai 200g
- đậu Hà Lan 150g
- đậu tằm 150g, vỏ đôi nếu thích
- măng tây 6 ngọn, thái theo góc cạnh
- hành lá 4, thái chéo
- đậu xanh 20, cắt thành đoạn ngắn
- mascarpone 100g
- parmesan 85g, bào sợi

HƯỚNG DẪN:

a) Cho chân giò vào nồi đầy nước lạnh sạch cùng với cà rốt và hành tây cắt đôi.

b) Đun nhỏ lửa và nấu trong 2 tiếng rưỡi, thỉnh thoảng hớt mặt. Đổ đầy nước vào chảo nếu cần.

c) Đun chảy bơ trong chảo nặng và thêm hành, tỏi và húng tây. Nấu cho đến khi mềm nhưng không có màu.

d) Thêm gạo và lúa mạch trân châu vào nấu trong vài phút cho đến khi phủ bơ. Dần dần thêm nước dùng từ giăm bông và rau, khuấy đều.

e) Sau khoảng 15-20 phút khuấy và đun sôi là bạn đã dùng gần hết nước dùng. Hãy nếm thử món risotto của bạn và nếu bạn hài lòng với kết cấu của nó, hãy lấy risotto ra khỏi bếp nhưng đậy kín.

f) Đun sôi một chảo nước và chần tất cả các loại rau xanh ngoại trừ hành lá trong 30 giây. Xả và cho vào risotto.

g) Đặt risotto trở lại trên lửa vừa phải rồi cho rau, hành lá và giăm bông vào khuấy đều rồi để mọi thứ nóng đều và nêm gia vị. Khuấy mascarpone và parmesan bào và thưởng thức.

29. Risotto al Nero di Seppia (Risotto mực nang)

THÀNH PHẦN:
- 2 chén gạo Arborio
- 1/2 chén rượu trắng khô
- 1 củ hành tây nhỏ, thái nhỏ
- 2 tép tỏi, băm nhỏ
- 500g mực hoặc mực, làm sạch và thái lát
- 2 thìa mực mực
- 4 chén nước luộc hải sản hoặc rau
- Muối và hạt tiêu cho vừa ăn
- Rau mùi tây tươi, cắt nhỏ để trang trí
- Phô mai Parmesan bào (tùy chọn)

HƯỚNG DẪN:
a) Trong chảo, xào hành và tỏi trong dầu ô liu cho đến khi trong suốt.
b) Thêm gạo và nấu trong vài phút.
c) Đổ rượu vào và nấu cho đến khi bay hơi.
d) Thêm mực nang và nấu một thời gian ngắn.
e) Hòa mực mực vào một muôi nước dùng nóng rồi cho vào cơm.
f) Dần dần thêm phần nước dùng còn lại vào, khuấy thường xuyên cho đến khi gạo chín như kem.
g) Nêm muối và hạt tiêu, trang trí với rau mùi tây và dùng kèm với Parmesan nếu muốn.

30. Risotto thịt xông khói và cà chua

THÀNH PHẦN:
- Dầu để chiên
- hành tây 1, thái nhỏ
- tỏi 1 tép, nghiền nát
- 4 miếng thịt xông khói lưng, thái nhỏ
- cơm risotto hoặc carnaroli hoặc arborio 200g
- nước luộc gà tươi, pha đến 1 lít
- cà chua bi 12, nếu thích thì bỏ cuống đi

HƯỚNG DẪN:

a) Đun nóng một ít dầu trong chảo rộng rồi xào hành tây nhẹ nhàng trong vài phút cho đến khi mềm, cho tỏi và một nửa thịt xông khói vào xào chung.

b) Thêm gạo vào và khuấy đều rồi thêm nước dùng vào từng muôi, khuấy từng phần cho đến khi cơm ngấm hoàn toàn và cơm risotto có dạng kem nhưng vẫn giữ lại một ít vết cắn (bạn có thể không cần sử dụng hết nước dùng).).

c) Trong khi đó, làm nóng một chảo khác với một ít dầu và nấu phần thịt xông khói còn lại với cà chua trên lửa lớn cho đến khi chín vàng. Rưới risotto lên để phục vụ.

31.Pancetta Risotto với Radicchio

THÀNH PHẦN:
- bơ 25g
- dầu ô liu 2 muỗng canh
- hẹ tây 4, thái hạt lựu
- pancetta hun khói 75g, thái hạt lựu
- radicchio 1 khoảng 225g
- cơm risotto 225g
- nước luộc gà 500-600ml
- pancetta 4-6 lát, thái lát mỏng
- kem đầy đủ chất béo fraîche 2 muỗng canh
- phô mai parmesan 25-50g, bào mịn

HƯỚNG DẪN:

a) Đun chảy bơ và dầu ô liu trong một đĩa thịt hầm nhỏ. Thêm hẹ vào và xào nhẹ nhàng cho đến khi mềm. Thêm pancetta thái hạt lựu và tiếp tục nấu, khuấy đều cho đến khi gần như giòn. Trong lúc đó, cắt nửa trên của radicchio và cắt nhỏ. Cắt nửa dưới thành các miếng nêm mỏng, cắt bỏ phần gốc nhưng để lại một lượng vừa đủ để giữ các miếng nêm lại với nhau.

b) Cho gạo vào chảo, khuấy nhanh trong một hoặc hai phút, sau đó thêm radicchio cắt nhỏ và một muôi đầy nước kho. Nấu ở mức lửa nhỏ, thỉnh thoảng khuấy, thêm nhiều nước khi hấp thụ.

c) Trong khi đó, làm nóng chảo gang và nướng các miếng radicchio ở cả hai mặt để chúng hơi cháy. Loại bỏ và đặt sang một bên.

d) Làm nóng chảo rán và chiên khô các lát pancetta cho đến khi mỡ chuyển sang màu vàng. Lấy ra khỏi chảo và đặt sang một bên - chúng sẽ giòn.

e) Khi cơm gần chín nhưng vẫn còn ngon (khoảng 20 phút), nêm gia vị vừa đủ, tắt bếp, cho kem tươi và bơ thêm vào, khuấy đều, đậy nắp nồi và để khoảng 5 phút. . Ngay trước khi phục vụ, khuấy đều các miếng radicchio nướng than.

f) Đặt từng đĩa pancetta giòn và parmesan lên trên.

32.Bí ngô Risotto

THÀNH PHẦN:

- 75g (3oz) Pancetta cắt dày hoặc thịt xông khói dạng sọc hun khói chất lượng hàng đầu, cắt khối
- 1 củ hành tây cỡ vừa, xắt nhỏ
- 500g (1lb 2 oz) bí ngô chín hoặc bí đỏ, gọt vỏ, bỏ hạt và cắt nhỏ
- muối biển và hạt tiêu đen mới xay
- 400g (14oz) tốt nhất là gạo Carnaroli
- 1,2 lít (2 pint) khoảng nước luộc rau hoặc thịt gà, đun ở lửa nhỏ
- một nắm rau mùi tây tươi thái nhỏ
- 1 thìa nước cốt chanh hoặc giấm rượu trắng
- 2 muỗng canh bơ không muối
- 3 muỗng canh phô mai Grana Padano mới bào

HƯỚNG DẪN:

a) Chiên Pancetta nhẹ nhàng trong nồi lớn có đáy nặng cho đến khi mỡ chảy ra, sau đó thêm hành tây và chiên cho đến khi mềm.

b) Thêm bí ngô và nấu nhẹ với hành tây và Pancetta cho đến khi mềm và nhão.

c) Cho gạo vào và nướng cẩn thận các mặt, sau đó bắt đầu cho nước kho vào, khuấy đều và để gạo ngấm chất lỏng, thêm nước kho vào, nêm nếm cho vừa ăn, khi gạo ngấm nước thì cho thêm vào.

d) Tiếp tục làm như vậy cho đến khi gạo mềm và tất cả các hạt đều chín đều.

e) Khuấy mùi tây, nước chanh hoặc giấm, bơ và Grana Padano, tắt bếp và đậy nắp.

f) Để yên trong ba phút, sau đó khuấy lại và chuyển sang đĩa đã hâm nóng. Phục vụ cùng một lúc.

33. Risotto thịt bò và tỏi tây

THÀNH PHẦN:
- 2 8 oz thịt bò phi lê
- 50 gram Gạo Arborio
- 100 gam Rau mùi tây sạch
- ½ nhỏ Tỏi tây
- 2 ounce Bánh pudding đen
- 40 gram Phô mai wedmore hun khói
- 20 gram Mùi tây
- 1 Phi lê cá cơm đóng hộp
- 1 muỗng canh Hạt thông; nướng
- 2 tép tỏi; băm nhỏ
- ½ Hành đỏ; băm nhỏ
- ½ Chai rượu vang đỏ
- 500 ml Thịt bò tươi
- ½ Cà rốt; băm nhỏ
- ½ Ớt đỏ; băm nhỏ
- 15 gam Rau mùi tây lá phẳng
- Giấm balsamic
- Bơ
- dầu ô liu nguyên chất
- Muối mỏ và hạt tiêu đen mới xay

HƯỚNG DẪN:

a) Đầu tiên, hãy làm món risotto bằng cách chiên nửa củ hành và tỏi trong chảo xào với một ít bơ và nấu trong khoảng 30 giây mà không tạo màu.

b) Sau đó cho gạo vào nấu thêm 30 giây rồi thêm 250ml nước luộc vào và đun sôi. Cắt tỏi tây thành những miếng xúc xắc nhỏ rồi cho vào chảo rồi đun nhỏ lửa trong khoảng 13 phút để cơm chín.

c) Để làm món pesto cần khá đặc, hãy cho rau mùi tây, tép tỏi, cá cơm, hạt thông và một ít dầu ô liu vào máy xay rồi xay nhuyễn thành pesto rồi để sang một bên.

d) Sau đó làm nóng một chảo xào rồi nêm phi lê vào rồi đậy kín trong chảo với một ít dầu. Đổ rượu vang đỏ và nước kho vào chảo, đun sôi và đun nhỏ lửa trong 5 phút rồi vớt bít tết ra. Tăng lửa và giảm cho đến khi hơi đặc lại, hoàn thành nước sốt với một chút bơ và gia vị.

e) Để phục vụ, hãy thêm bánh pudding đen đã bóc vỏ và thái hạt lựu vào món risotto và phô mai hun khói, rau mùi tây cắt nhỏ và nêm vừa miệng. Đặt cái này vào giữa mỗi đĩa với miếng bít tết ở trên.

f) Phủ một thìa pesto mùi tây lên trên và dùng với nước sốt xung quanh mép và rắc rau thái hạt lựu nhỏ.

34. Risotto Cheddar và hành lá

THÀNH PHẦN:
- bơ 25g
- hành lá 6, xắt nhỏ
- cơm risotto 150g
- rượu vang trắng một chút (tùy chọn)
- nước luộc rau hoặc gà 750ml
- Mù tạt Dijon ½ thìa cà phê
- phô mai cheddar trưởng thành 100g, xay

CÀ CHUA BALSAMIC
- dầu ô liu 1 muỗng canh
- cà chua bi 100g
- giấm balsamic một cơn mưa phùn
- húng quế một bó nhỏ, xắt nhỏ

HƯỚNG DẪN:
a) Đun chảy bơ trong chảo nông rộng. Nấu hành lá trong 4-5 phút hoặc cho đến khi mềm. Thêm gạo vào và nấu, khuấy đều trong vài phút. Thêm rượu, nếu sử dụng, và đun sôi cho đến khi hấp thụ.

b) Dần dần khuấy nước kho từng chút một, đợi cho đến khi nước ngấm đều trước khi thêm vào. Lặp lại cho đến khi gạo có dạng kem, nhão và mềm (bạn có thể không cần dùng hết nước luộc hoặc có thể cần thêm một ít nước nếu hỗn hợp quá đặc).

c) Trong khi đó, đun nóng dầu ô liu trong một chảo nhỏ riêng biệt trên lửa vừa cao và nấu cà chua với nhiều gia vị cho đến khi chúng bắt đầu nổ tung.

d) Khuấy mù tạt và phô mai vào cơm risotto, nêm hạt tiêu và một chút muối nếu cần. Múc từng thìa vào bát ấm và phủ cà chua lên trên, rưới một ít balsamic và một ít húng quế lên trên.

35. Risotto củ cải đường

THÀNH PHẦN:
- bơ 50g
- hành tây 1, thái nhỏ
- cơm risotto 250g
- rượu vang trắng 150ml
- nước luộc rau 1 lít, nóng
- củ cải đường nấu sẵn gói 300g
- chanh 1, gọt vỏ và ép lấy nước
- rau mùi tây lá phẳng một bó nhỏ, xắt nhỏ
- phô mai dê mềm 125g
- quả óc chó một số ít, nướng và cắt nhỏ

HƯỚNG DẪN:

a) Đun chảy bơ trong chảo sâu lòng và nấu hành tây với một ít gia vị trong 10 phút cho đến khi mềm. Đổ gạo vào và khuấy đều cho đến khi phủ đều từng hạt, sau đó đổ rượu vào và đun sôi trong 5 phút.

b) Thêm từng muôi nước kho vào, đồng thời khuấy đều, chỉ thêm nhiều hơn khi mẻ trước đó đã ngấm hết.

c) Trong khi đó, lấy 1/2 củ cải đường và cho vào máy xay nhỏ cho đến khi mịn, phần còn lại cắt nhỏ.

d) Sau khi cơm chín, cho củ cải đường đã thái nhỏ, vỏ chanh và nước ép cùng phần lớn rau mùi tây vào trộn đều. Chia ra các đĩa và phủ một ít phô mai dê, quả óc chó và mùi tây còn lại lên trên.

36. Risotto bí xanh

THÀNH PHẦN:

- nước luộc rau hoặc gà 900ml
- bơ 30g
- Bí xanh non 200g (khoảng 5-6 quả), thái dày theo đường chéo
- dầu ô liu 2 muỗng canh
- hẹ tây 1 dài hoặc 2 củ tròn, thái nhỏ
- tỏi 1 tép, nghiền nát
- cơm risotto 150g
- rượu trắng khô một ly nhỏ
- bạc hà một nắm lá, xắt nhỏ
- ½ quả chanh, gọt vỏ và ép lấy nước
- parmesan (hoặc món chay thay thế) 30g, nghiền mịn, cộng thêm để phục vụ

HƯỚNG DẪN:

a) Giữ nước kho trong chảo ở mức lửa nhỏ.

b) Đun chảy một nửa bơ trong chảo rán sâu và rộng. Chiên bí xanh với một ít gia vị ở cả hai mặt cho đến khi vàng nhẹ. Múc ra và để ráo trên giấy ăn. Lau sạch chảo.

c) Đun nóng 2 thìa dầu ô liu trong cùng một chảo, sau đó nhẹ nhàng nấu hành tây và tỏi trong 6-8 phút hoặc cho đến khi bắt đầu mềm. Khuấy cơm và đun nóng trong một phút.

d) Đổ rượu và bong bóng vào, khuấy đều cho đến khi bay hơi. Mỗi lần thêm một muôi nước kho vào, để chất lỏng thấm hết trước khi thêm vào. Tiếp tục thêm nước dùng cho đến khi cơm mềm và còn sót lại một chút nước.

e) Khuấy bí xanh và để chúng nóng trong một phút. Thêm bạc hà và khuấy vào cơm cùng với nước cốt chanh và vỏ, parmesan, bơ còn lại và một muôi nước kho cuối cùng. Risotto phải có dạng kem và nước sánh thay vì cứng, vì vậy hãy thêm nước dùng cho phù hợp.

f) Đậy nắp và để yên trong vài phút, sau đó cho vào bát ấm với thêm phô mai nếu bạn thích.

37. Risotto thì là với quả hồ trăn

THÀNH PHẦN :
- 2 tách Nước luộc gà kết hợp với
- 1 ly nước
- 1 muỗng canh Bơ hoặc bơ thực vật
- 2 muỗng canh Dầu ô liu
- 1 cái ly Hành tây thái nhỏ
- 1 vừa Bóng đèn thì là
- 1 vừa Ớt chuông đỏ, xắt nhỏ
- 2 phương tiện Tỏi tép, băm nhỏ
- 1½ cốc Gạo Arborio
- ⅓ cốc Quả hồ trăn bóc vỏ, cắt nhỏ
- Hạt tiêu vừa mới nghiền
- ¼ cốc Phô mai Parmesan bào

HƯỚNG DẪN:
a) Đun hỗn hợp nước dùng trên lửa vừa và nhỏ. Giữ ấm.
b) Trong chảo lớn, tốt nhất là chảo chống dính hoặc nồi lớn, đun nóng bơ và dầu trên lửa vừa cho đến khi nóng. Thêm hành tây, thì là và ớt đỏ; xào 5 phút. Thêm tỏi và xào thêm một phút.
c) Cho gạo vào và nấu, khuấy đều trong 2 phút. Bắt đầu thêm chất lỏng từ từ, mỗi lần khoảng một muôi. Nấu, đậy nắp, trên lửa vừa thấp, 10 phút, thỉnh thoảng khuấy.
d) Thêm chất lỏng từ từ và khuấy thường xuyên. Đợi cho đến khi chất lỏng đã được hấp thụ mỗi lần trước khi thêm muôi tiếp theo. Lặp lại quá trình nấu, đậy nắp, 10 phút.
e) Khám phá và tiếp tục thêm chất lỏng và khuấy thường xuyên. Risotto nên nấu khoảng 30 phút. Món risotto thành phẩm phải có dạng kem, có một chút dai ở giữa cơm.
f) Thêm quả hồ trăn, hạt tiêu và Parmesan vào món risotto đã hoàn thành, khuấy đều cho đến khi hòa quyện.

38. Risotto khoai lang thảo mộc

THÀNH PHẦN:
- 1 muỗng canh dầu ô liu nguyên chất
- 1 cái ly Khoai lang khối (1")
- 1 cái ly Gạo Arborio
- ½ cốc Hành xắt nhuyễn
- 1 muỗng canh Cây xô thơm tươi cắt nhỏ
- 1 muỗng cà phê Vỏ cam bào vụn
- ⅛ thìa cà phê hạt nhục đậu khấu
- 2 tách Nước luộc gà đã khử mỡ
- ¼ cốc nước cam
- Muối và hạt tiêu đen
- 1 muỗng canh Phô mai Parmesan bào
- 2 muỗng canh Rau mùi tây Ý tươi xắt nhỏ

HƯỚNG DẪN:
a) Trong một chiếc tô lớn an toàn với lò vi sóng, cho dầu vào lò vi sóng trong 1 phút ở nhiệt độ cao.
b) Khuấy khoai lang, gạo, hành tây, cây xô thơm, vỏ cam và hạt nhục đậu khấu.
c) Lò vi sóng, không đậy nắp trong 1 phút. Khuấy 1½ cốc nước dùng.
d) Cho vào lò vi sóng trong 10 phút, khuấy đều một lần trong khi nấu.
e) Khuấy ½ cốc nước cốt còn lại và nước cam. Cho vào lò vi sóng trong 15 phút, khuấy đều một lần trong khi nấu.
f) Thêm muối và hạt tiêu cho vừa ăn. Rắc Parmesan và rau mùi tây.

39. Risotto với nấm

THÀNH PHẦN:
- 4½ cốc nước kho rau; hoặc nước dùng miso, mặn
- 1 muỗng canh Dầu ôliu siêu nguyên chất
- ½ cốc cơm sushi hoa hồng
- ½ cốc Lợi ích
- Muối kosher
- Hạt tiêu vừa mới nghiền
- ½ cốc nấm kim châm
- ½ cốc Hành lá cắt nhỏ
- ¼ cốc Mầm củ cải

HƯỚNG DẪN:

a) Nếu sử dụng nước dùng ngâm miso, hãy trộn 1 muỗng canh miso với 4½ cốc nước và đun sôi. Giảm nhiệt và đun nhỏ lửa.

b) Trong một cái chảo lớn, đun nóng dầu ô liu trên lửa vừa cao. Thêm gạo vào, khuấy liên tục theo một hướng cho đến khi gạo ngấm đều. Lấy chảo ra khỏi bếp và thêm rượu sake.

c) Trở lại bếp và khuấy liên tục theo một hướng cho đến khi hấp thụ hết chất lỏng. Thêm nước kho hoặc nước dùng với lượng tăng dần ½ cốc, khuấy liên tục cho đến khi toàn bộ chất lỏng được hấp thụ sau mỗi lần thêm.

d) Nêm với muối và hạt tiêu. Múc canh ra bát, trang trí với nấm, hành lá, giá rồi thưởng thức.

e) Trang trí với nấm enoki tinh tế, hành lá xắt nhỏ và mầm củ cải cay.

40. Risotto việt quất với boletus

THÀNH PHẦN:
- 8¾ ounce Boletus tươi , thái lát
- 1 cái nhỏ Củ hành; Thái nhỏ
- ¾ ounce Bơ
- 5 ounce Cơm Risotto; chưa được đánh bóng
- 5 ½ ounce Quả việt quất
- ¼ cốc Rượu trắng; khô
- 1¾ cốc nước dùng
- ¼ cốc Dầu ô liu
- 1 nhánh húng tây
- 1 Tỏi đinh hương; nghiền nát
- 2 ounce Bơ

HƯỚNG DẪN:

a) Trong chảo đun nóng bơ và xào hành tây. Khuấy cơm và quả việt quất, xào nhanh. Làm ẩm bằng rượu, nấu cho đến khi ngấm; làm ẩm bằng nước dùng và nấu cho đến khi mềm. Khuấy liên tục, nếu cần thêm chút nước dùng. Nêm với muối và hạt tiêu.

b) Đun nóng dầu trong chảo, xào nấm, tỏi và húng tây. Khuấy bơ vào risotto. Chuyển sang đĩa ấm và trang trí với nấm.

41. Risotto măng tây nấm

THÀNH PHẦN:
- Dầu ô liu hoặc dầu salad
- 1 pound rưỡi Măng tây, cắt bỏ phần đầu cứng và cắt ngọn thành từng miếng 1/2 inch
- 2 phương tiện Cà rốt, thái lát mỏng
- ¼ pound Nấm hương, cắt bỏ cuống và thái lát dày 1/4 inch
- 1 vừa Hành tây, xắt nhỏ
- 1 vừa Ớt đỏ, cắt thành dải mỏng bằng que diêm dài 1 inch
- 2 gói (5,7-oz) hỗn hợp risotto hương vị nguyên thủy HOẶC hương vị nấm
- Nhánh mùi tây để trang trí
- Phô mai Parmesan bào (tùy chọn)

HƯỚNG DẪN:
a) Trong chảo 4 lít trên lửa vừa cao, trong dầu ô liu hoặc dầu salad nóng 1 T, nấu măng tây cho đến khi vàng và mềm giòn. Dùng thìa có rãnh, vớt măng tây ra bát.
b) Trong lượng dầu còn lại trong chảo và thêm dầu ô liu hoặc dầu salad nóng, nấu cà rốt, nấm và hành tây cho đến khi rau chín. giòn và bắt đầu có màu nâu. Thêm ớt đỏ; nấu, khuấy, 1 phút.
c) Thêm hỗn hợp risotto và nước 4 C, đun trên lửa cao, đun đến sôi.
d) Giảm nhiệt xuống thấp; đậy nắp và đun nhỏ lửa trong 20 phút. Nhấc chảo ra khỏi bếp. Khuấy măng tây; Đậy nắp và để yên 5 phút cho gạo thấm nước.
e) Để phục vụ, múc risotto lên đĩa. Trang trí với nhánh mùi tây.
f) Ăn kèm với phô mai Parmesan bào nếu bạn thích.

42. Risotto đánh vần với nấm

THÀNH PHẦN:

- nấm porcini khô 20g
- dầu thực vật 2 muỗng canh
- nấm hạt dẻ 250g, thái lát
- hành tây 1, thái nhỏ
- tỏi 2 tép, thái nhỏ
- ngọc trai đánh vần 250g
- rượu trắng một ly (tùy chọn)
- nước luộc rau củ 500ml, nóng
- phô mai mềm 2 muỗng canh
- Phô mai cứng Ý 25g, bào mịn, có thể dùng thêm
- rau mùi tây lá dẹt một bó nhỏ, lá rách
- 1 quả chanh, vỏ và vắt nước ép

HƯỚNG DẪN:

a) Đặt porcini khô vào một cái bát nhỏ và đổ hơn 250ml nước vừa đun sôi.

b) Đun nóng 1 thìa dầu thực vật trong chảo lớn trên lửa cao rồi cho nấm hạt dẻ vào. Nấu trong 5-10 phút hoặc cho đến khi tất cả hơi ẩm đã bay hơi và chúng chuyển sang màu caramen.

c) Giảm nhiệt và thêm dầu còn lại, hành tây, tỏi và một ít gia vị vào nấu nhẹ trong 5 phút cho đến khi mềm.

d) Thêm đánh vần và trộn cho đến khi được phủ hoàn toàn trong dầu. Đổ rượu vào nếu dùng và nấu cho đến khi giảm 1⁄2.

e) Để ráo porcini, giữ lại chất lỏng, cắt nhỏ và khuấy vào risotto. Thêm chất lỏng porcini vào nước dùng và khuấy từng muôi một muôi vào risotto. Nấu trong 25 phút hoặc cho đến khi đánh vần mềm.

f) Khuấy qua các loại phô mai mềm và cứng, tiếp theo là rau mùi tây.

g) Khi dùng, hãy chia ra các bát, vắt thêm một ít nước cốt chanh, rắc lên vỏ chanh và thêm phô mai nếu thích.

43. Cơm risotto hến

THÀNH PHẦN:
- 1,2 kg (2 lbs) trai tươi, sống, được chà rửa và làm sạch kỹ lưỡng
- 6 muỗng canh dầu ô liu Extra Virgin
- 2 tép tỏi, bóc vỏ và thái nhỏ
- 600g cà chua chín mọng,
- 350g (l2oz) tốt nhất là gạo Arborio
- 1,2 lít (2 pint) nước luộc cá
- một nắm rau mùi tây lá phẳng, tươi
- muối biển và hạt tiêu đen mới xay
- 25g (1oz) bơ không muối

HƯỚNG DẪN:

a) Cho tất cả trai sạch vào chảo rộng, nông. Đậy nắp chảo và đặt chảo lên lửa vừa đến cao.

b) Lắc chảo trên lửa để tất cả trai mở miệng.

c) Sau khoảng 8 phút, tất cả những thứ định mở sẽ mở ra. Lấy trai ra khi chúng mở miệng.

d) Loại bỏ trai khỏi vỏ và loại bỏ tất cả trừ những chiếc vỏ đẹp nhất mà bạn có thể để dành để trang trí.

e) Lọc chất lỏng từ trai qua rây thật mịn và đặt sang một bên. Vứt bỏ tất cả các vỏ chưa mở và vỏ rỗng mà bạn không muốn.

f) Tiếp theo, xào tỏi và dầu với nhau cho đến khi tỏi có màu vàng thì cho hết gạo vào.

g) Trộn đều cho đến khi cơm nóng và phủ đều dầu và tỏi. Bây giờ thêm chất lỏng từ trai và cà chua.

h) Trộn đều cho đến khi cơm ngấm nước thì bắt đầu cho dần nước luộc cá nóng vào.

i) Khuấy liên tục và chỉ cho thêm nước kho khi lượng nước trước đó đã được gạo hấp thụ.

j) Tiếp tục làm như vậy cho đến khi cơm chín 3/4 thì cho hến đã nấu chín và rau mùi tây vào.

k) Nêm muối và hạt tiêu rồi tiếp tục cho nước kho vào, khuấy đều và cho thêm nước kho khi gạo đã ngấm hết nước kho trước đó.

l) Khi cơm có màu kem và mịn như nhung nhưng các hạt vẫn cứng ở giữa, bạn hãy tắt cơm risotto và cho bơ vào khuấy đều.

m) Đậy nắp và để yên trong 2 phút, sau đó chuyển sang đĩa đã hâm nóng, trang trí với vỏ đã để sẵn và dùng ngay.

44.Bánh Crab & Risotto hành lá

THÀNH PHẦN:

- 300 ml phi lê trắng
- 2 Trứng
- Muối và tiêu trắng xay
- 1 Ớt đỏ; gieo hạt và mịn
- ; băm nhỏ
- ½ thìa cà phê Rau mùi đất
- ½ thìa cà phê Gừng xay
- Một ít vỏ chanh bào mịn
- 1 Củ hẹ; Thái nhỏ
- 85 ml Gấp đôi kem béo
- 100 gam Thịt cua trắng
- Bột mì thường và vụn bánh mì khô dùng làm
- ; lớp áo
- 1 muỗng canh Dầu ô liu
- 2 Hẹ; Thái nhỏ
- 1 Tỏi đinh hương; Thái nhỏ
- ½ thìa cà phê húng tây tươi; băm nhỏ
- 200 gram Cơm Risotto
- 400 ml Nước dùng rau củ nóng
- 2 muỗng canh Gấp đôi kem béo
- 100 gam Mascarpone
- 4 Hành lá; băm nhỏ
- 75 gram Parmesan; nạo
- 200 gram cà chua mận; gọt vỏ, bỏ hạt
- 3 Hẹ; Thái nhỏ
- 1 Ớt đỏ; gieo hạt
- 1 Tỏi đinh hương; nghiền
- 4 thìa cà phê Sốt mù tạt
- Dầu thực vật để chiên ngập dầu
- 4 muỗng canh Dầu ớt
- nhánh Chervil; để trang trí

HƯỚNG DẪN:

a) Đối với bánh đa cua, hòa lòng trắng với 1 quả trứng cho đến khi mịn. Thêm muối, tiêu, ớt, rau mùi, gừng, vỏ chanh và hẹ tây vào, sau đó cho kem và thịt cua vào.

b) Chia thành bốn và tạo thành các vòng. Làm lạnh cho đến khi chắc chắn.

c) Lăn qua bột mì, phết với quả trứng còn lại, đánh đều và phủ trong vụn bánh mì. Phủ lại một lần nữa với bột mì, trứng và vụn bánh, sau đó làm lạnh bánh cua cho đến khi nấu.

d) Đối với risotto, làm nóng dầu trong chảo rán và xào hẹ, tỏi và húng tây cho đến khi mềm. Thêm gạo và nấu trong 2-3 phút, sau đó đổ nước nóng vào.

e) Đun nhỏ lửa trong vòng 10 - 15 phút, khuấy thường xuyên cho đến khi cơm mềm nhưng vẫn còn hơi chát.

f) Khi đã sẵn sàng phục vụ, khuấy kem và hâm nóng lại. Thêm mascarpone, hành lá và parmesan và kiểm tra gia vị.

g) Đối với salsa, trộn tất cả các Nguyên liệu lại với nhau và để nguội.

h) Để phục vụ, chiên bánh cua trong dầu nóng cho đến khi vàng. Xả trên giấy ăn. Múc cơm risotto nóng vào giữa bốn đĩa ăn và đặt một chiếc bánh cua lên trên mỗi đĩa. Múc một ít salsa lên mỗi chiếc bánh cua và rưới dầu ớt xung quanh món risotto. Trang trí với nhánh rau mùi.

45. Cơm risotto cicely tôm ngọt

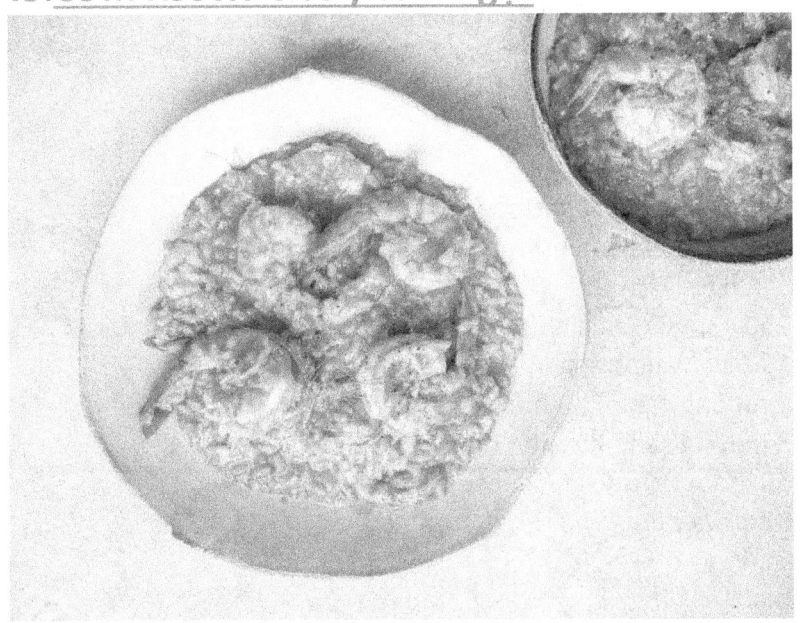

THÀNH PHẦN:

- 550 gram Tôm sống nguyên đầu
- 1¼ lít Nước luộc rau hoặc gà
- 85 gam Bơ không muối
- 2 Hẹ; băm nhỏ
- 2 Tép tỏi; băm nhỏ
- 300 gram Cơm Risotto
- 1 cái nhỏ Cành lá hương thảo; dài 4 cm
- 1 lá nguyệt quế
- 250 gam Cà chua chín, xắt nhỏ
- 1 Rượu vang trắng khô thủy tinh rộng rãi
- 2 muỗng canh Rau mùi tây băm nhỏ
- 3 muỗng canh Xắt nhỏ ngọt ngào
- 30 gram Parmesan cheese; mới xay
- Muối và tiêu

HƯỚNG DẪN:

a) Tôm lột vỏ, giữ lại phần thịt. Đun nóng 15g/ 1/2oz bơ trong chảo đủ lớn để còn chỗ dự trữ.

b) Khi tạo bọt, cho vỏ và đầu tôm vào khuấy đều cho đến khi vỏ tôm chuyển sang màu hồng đẹp mắt. Thêm nước kho và 600ml/1 pint nước vào rồi đun sôi. Đun nhỏ lửa trong 30 phút để khử mùi và vị tôm.

c) Đối với Tôm: Nếu bạn thấy có một đường đen chạy dọc lưng tôm, hãy dùng đầu dao sắc rạch một đường dọc lưng tôm và loại bỏ phần ruột đen mịn ngay dưới bề mặt. Nếu là tôm sú, tôm vua hoặc một loại tôm lớn thì chia đôi hoặc ba con mỗi con.

d) Đun sôi lại nước kho nếu cần và giảm nhiệt thành sợi để nước cốt luôn nóng và không bị sôi. Đun chảy 45g/1 1/2oz bơ còn lại trong chảo rộng.

e) Chiên hẹ và tỏi thật nhẹ nhàng trong bơ cho đến khi trong suốt, không bị chuyển sang màu nâu. Thêm hương thảo, gạo và lá nguyệt quế vào chảo và khuấy đều khoảng một phút cho đến khi gạo trở nên trong suốt.

f) Thêm cà chua, rau mùi tây và rượu vang. Nêm muối và nhiều hạt tiêu rồi đun nhỏ lửa. Khuấy hỗn hợp gạo liên tục cho đến khi tất cả chất lỏng được hấp thụ. Thêm một muôi đầy nước kho vào và khuấy đều cho đến khi tất cả đều được hấp thụ.

g) Lặp lại cho đến khi gạo mềm nhưng hơi cứng nhưng chắc chắn không bị trắng như phấn. Độ đặc sẽ gần như sánh lại vì vẫn còn vài phút nữa.

h) Thời gian để nước ngấm và cơm chín là khoảng 20-25 phút.

i) Cuối cùng cho tôm và nước ngọt vào nấu, khuấy thêm 2-3 phút nữa cho đến khi tôm chuyển sang màu hồng. Khuấy phần bơ còn lại và phô mai Parmesan, nếm thử và điều chỉnh gia vị rồi thưởng thức.

46. Pesto risotto quả óc chó

THÀNH PHẦN:
- 1½ muỗng canh Dầu thực vật
- ¾ cốc Hành tây, xắt nhỏ
- 1 cái ly Gạo Arborio
- 3 chén Nước luộc gà ít béo
- ¼ cốc Pesto gần như không béo
- ½ cốc Quả óc chó
- ¾ cốc Parmesan cheese
- Hạt tiêu vừa mới nghiền

HƯỚNG DẪN:

a) Đun nóng dầu trong đĩa an toàn với lò vi sóng 2 lít ở mức Cao trong 2 phút.

b) Khuấy hành tây và nấu ở mức Cao trong 2:30. Cho gạo vào dầu và nấu 1:30. Thêm 2 cốc nước dùng và nấu ở nhiệt độ cao trong 14 phút, khuấy một lần.

c) Thêm nước dùng và pesto còn lại vào nấu trong 12 phút, khuấy một lần. Kiểm tra độ chín trong vài phút cuối cùng của quá trình nấu.

d) Lấy ra khỏi lò vi sóng và cho quả óc chó và Parmesan vào khuấy đều. Phục vụ ngay lập tức.

47.Risotto tám loại thảo mộc

THÀNH PHẦN:
- Dầu ô liu nguyên chất
- 1 Tỏi đinh hương
- 7 ounce Cơm chống dính
- 1 cái ly rượu trắng
- 4 Những quả cà chua đã bóc vỏ; băm nhỏ
- Muối
- 1 Miếng bơ
- 4 muỗng canh phô mai parmesan
- 3 muỗng canh Kem
- 6 Lá húng quế
- 4 Lá xô thơm
- 1 Búi rau mùi tây
- Vài lá hương thảo tươi
- 1 nhúm xạ hương
- 1 Búi hẹ
- 3 Cành thì là tươi

HƯỚNG DẪN:
a) Cắt nhỏ các loại thảo mộc và chiên nhẹ chúng với một lượng nhỏ dầu ô liu cùng với tỏi.
b) Trong khi đó nấu cà chua xắt nhỏ trong nước muối.
c) Lấy tỏi ra, cho cơm vào xào sơ rồi thêm một chén rượu trắng.
d) Khi chất lỏng bay hơi, thêm cà chua xắt nhỏ.
e) Thêm một chút bơ, parmigiano dồi dào và một vài thìa kem vào cuối.

PROSCIUTTO

48. Cốc trứng Prosciutto nướng

THÀNH PHẦN:
- 1 muỗng canh dầu ô liu
- 12 lát thịt giăm bông
- 12 quả trứng lớn
- 2 chén rau chân vịt non
- muối và tiêu

HƯỚNG DẪN:
a) Làm nóng lò ở 400 độ.
b) Quét dầu ô liu vào từng ngăn của khuôn làm bánh muffin. Đặt một lát prosciutto vào bên trong mỗi ngăn, nhấn để đảm bảo các cạnh và đáy được lót đầy đủ (bạn có thể cần xé prosciutto thành nhiều mảnh để dễ dàng tạo thành hình chiếc cốc hơn).
c) Đặt 2-3 lá rau bina non vào trong mỗi cốc và đặt một quả trứng lên trên. Rắc muối và hạt tiêu cho vừa ăn.
d) Nướng trong 12 phút đối với lòng đỏ trứng hoặc tối đa 15 phút đối với lòng đỏ cứng hơn.

49. Gói bữa sáng Prosciutto và trứng

THÀNH PHẦN:
- 4 quả trứng lớn
- 4 lát prosciutto
- ¼ chén phô mai cheddar cắt nhỏ
- ½ chén lá rau bina non
- Muối và hạt tiêu cho vừa ăn
- 4 bánh bột mì lớn

HƯỚNG DẪN:
a) Trong một cái bát, đánh trứng với nhau và nêm muối và hạt tiêu.
b) Đun nóng chảo chống dính trên lửa vừa rồi đổ trứng đã đánh vào.
c) Nấu trứng, thỉnh thoảng khuấy đều cho đến khi trứng chín hoàn toàn.
d) Xếp bánh bột mì ra và chia đều trứng bác cho chúng.
e) Phủ lên mỗi chiếc bánh tortilla một lát prosciutto, một ít phô mai cheddar cắt nhỏ và một ít lá rau bina non.
f) Cuộn bánh tortilla thật chặt, nhét vào các cạnh khi bạn thực hiện.
g) Đun nóng một chảo sạch trên lửa vừa và đặt các miếng bọc, mặt đường may hướng xuống dưới, lên chảo.
h) Nấu các lớp bọc trong vài phút mỗi mặt cho đến khi chúng có màu nâu nhạt và phô mai tan chảy.
i) Lấy ra khỏi chảo và dùng nóng.

50. Trứng tráng Prosciutto và phô mai

THÀNH PHẦN:
- 4 quả trứng lớn
- 4 lát prosciutto, cắt nhỏ
- ½ chén phô mai mozzarella cắt nhỏ
- ¼ chén húng quế tươi cắt nhỏ
- Muối và hạt tiêu cho vừa ăn
- 2 muỗng canh dầu ô liu

HƯỚNG DẪN:
a) Trong một cái bát, đánh trứng với nhau và nêm muối và hạt tiêu.
b) Đun nóng dầu ô liu trong chảo chống dính trên lửa vừa.
c) Đổ trứng đã đánh vào chảo và nấu trong một hoặc hai phút cho đến khi các cạnh bắt đầu se lại.
d) Rắc prosciutto cắt nhỏ, phô mai mozzarella cắt nhỏ và húng quế cắt nhỏ lên một nửa món trứng tráng.
e) Gấp nửa còn lại của món trứng tráng lên trên phần nhân và nấu thêm một phút nữa cho đến khi phô mai tan chảy.
f) Đặt món trứng tráng lên đĩa và cắt thành từng miếng vừa ăn.
g) Ăn nóng.

51.Prosciutto và cà chua Frittata

THÀNH PHẦN:
- 8 quả trứng lớn
- 4 lát prosciutto, cắt nhỏ
- 1 cốc cà chua bi, giảm một nửa
- ½ chén phô mai Gruyere cắt nhỏ
- ¼ chén mùi tây tươi xắt nhỏ
- Muối và hạt tiêu cho vừa ăn
- 2 muỗng canh dầu ô liu

HƯỚNG DẪN:
a) Làm nóng lò nướng của bạn ở nhiệt độ 375°F (190°C).
b) Trong một cái bát, đánh trứng với nhau và nêm muối và hạt tiêu.
c) Đun nóng dầu ô liu trong chảo an toàn với lò nướng trên lửa vừa.
d) Thêm prosciutto cắt nhỏ và cà chua bi vào chảo và nấu trong vài phút cho đến khi cà chua mềm.
e) Đổ trứng đã đánh lên trên prosciutto và cà chua vào chảo.
f) Rắc đều phô mai Gruyere cắt nhỏ và rau mùi tây cắt nhỏ lên trứng.
g) Chuyển chảo vào lò đã làm nóng trước và nướng trong khoảng 15 phút hoặc cho đến khi frittata chín và có màu vàng nâu.
h) Lấy ra khỏi lò và để nguội một chút trước khi cắt lát.
i) Thưởng thức khi còn nóng hoặc ở nhiệt độ phòng.

52. gà húng quế

THÀNH PHẦN:
- 4 nửa ức gà không da, không xương
- ½ chén pesto húng quế đã chuẩn bị, chia
- 4 lát prosciutto mỏng hoặc nhiều hơn nếu cần

HƯỚNG DẪN:
a) Phủ dầu lên đĩa nướng sau đó đặt lò nướng ở nhiệt độ 400 độ trước khi làm bất cứ điều gì khác.
b) Rắc 2 thìa pesto lên mỗi miếng gà, sau đó phủ một miếng prosciutto lên mỗi miếng gà.
c) Sau đó xếp mọi thứ vào đĩa.
d) Nấu mọi thứ trong lò trong 30 phút cho đến khi gà chín hoàn toàn.
e) Thưởng thức.

53.Chim cút trên rau và giăm bông

THÀNH PHẦN:
- 4 muỗng canh dầu thực vật
- 1 thìa cà phê gừng tươi băm nhỏ
- 3 con chim cút, xẻ đôi
- Muối và tiêu
- 4 muỗng canh nước dùng gà
- 1 quả bí vừa, cắt thành dải mỏng
- 1 củ cà rốt, cạo và cắt thành dải mỏng
- 4 củ hành lá, cắt thành dải mỏng
- 2 cọng bông cải xanh lớn, gọt vỏ và cắt thành dải mỏng
- 2 ounce giăm bông hoặc prosciutto đồng quê, cắt thành dải mỏng

HƯỚNG DẪN:
a) Trong chảo hoặc chảo lớn, đun nóng 2 thìa dầu với gừng.
b) Chiên chim cút chín vàng các mặt. Muối và hạt tiêu. Thêm một ít nước dùng, đậy nắp và hấp từ từ trong 15 phút.
c) Loại bỏ chim cút cùng với nước ép của chúng và giữ ấm.

54.Pizza Proscuitto và rau arugula

THÀNH PHẦN:
- 1 pound bột bánh pizza, ở nhiệt độ phòng, chia
- 2 muỗng canh dầu ô liu
- ½ chén nước sốt cà chua
- 1 ½ chén phô mai mozzarella cắt nhỏ (6 ounce)
- 8 lát prosciutto mỏng
- Một số ít rau arugula lớn

HƯỚNG DẪN:

a) Nếu bạn có đá pizza, hãy đặt nó lên giá ở giữa lò. Làm nóng lò ở nhiệt độ 550°F (hoặc nhiệt độ lò tối đa) trong ít nhất 30 phút.

b) Nếu chuyển bánh pizza vào đá trong lò, hãy đặt bánh lên trên vỏ hoặc thớt đã được rắc bột mì kỹ. Nếu không, hãy lắp ráp trên bề mặt bạn sẽ nấu (giấy da, khay nướng, v.v.). Làm việc với từng miếng bột một, cuộn hoặc kéo căng nó thành hình tròn từ 10 đến 12 inch.

c) Quét các cạnh của bột với 1 muỗng canh dầu ô liu. Rải một nửa nước sốt cà chua lên phần còn lại của bột.

d) Rắc khoảng ¼ phô mai. Xếp 4 lát prosciutto sao cho chúng phủ đều bột. Rắc thêm ¼ phô mai nữa.

e) Nướng bánh pizza cho đến khi các cạnh có màu nâu nhạt và phô mai sủi bọt và chuyển màu nâu thành từng đốm, khoảng 6 phút ở nhiệt độ 550°F.

f) Lấy từ lò nướng ra thớt, rải một nửa rau arugula lên trên rồi cắt và dùng ngay.

g) Lặp lại với phần bột và lớp phủ còn lại.

55. Pizza Bốn Mùa/Quattro Stagioni

THÀNH PHẦN:
- g) 1 công thức làm bột cơ bản truyền thống của Ý
- h) Mozzarella, 6 ounce, cắt lát
- i) Prosciutto, 3 ounce, thái lát
- j) Nấm Shiitake, Một cốc, thái lát
- k) Ô liu, ½ cốc, thái lát
- l) Sốt Pizza, Nửa cốc
- m) Trái atisô cắt đôi, Một cốc
- n) Parmigiana bào, 2 ounce

HƯỚNG DẪN:
- a) Định hình bột thành hình tròn có đường kính 14 inch. Làm điều này bằng cách giữ các cạnh và cẩn thận xoay và kéo căng bột.
- b) Chấm bột với nước sốt pizza.
- c) Trải đều các lát mozzarella lên trên.
- d) Sau đó, trái atisô, thịt giăm bông, nấm và ô liu chiếm 4/4 chiếc bánh pizza.
- e) Rắc Parmigiana bào sợi lên trên.
- f) Nướng/Nướng trong 18 phút.

56. Gà & Prosciutto với cải Brussels

THÀNH PHẦN:
- 2 pound thịt thăn gà
- 4 ounce prosciutto
- 12 ounce cải Brussels
- ½ chén nước luộc gà
- 1 ½ cốc kem đặc
- 1 thìa cà phê tỏi băm
- 1 quả chanh, cắt tư và bỏ hạt
- Ghee hoặc dầu dừa để chiên

HƯỚNG DẪN:
a) Làm nóng lò ở nhiệt độ 400 độ F.
b) Cắt cải Brussels làm đôi và đun sôi trong 5 phút. Hủy bỏ nhiệt và đặt sang một bên.
c) Trong chảo rán, thêm ½ chén nước luộc gà và đun sôi ở mức vừa. Sau đó, thêm kem đặc, tỏi băm và chanh vào đun nhỏ lửa trong 5-10 phút, khuấy thường xuyên. Hủy bỏ nhiệt và đặt sang một bên.
d) Trong một chảo rán riêng, đun nóng một ít bơ sữa trâu và cho thịt gà vào. Nấu trên lửa vừa cao trong vài phút, sau đó thêm prosciutto cắt nhỏ cho đến khi thịt gà chín.
e) Trong một đĩa thịt hầm nhỏ (9×9) và xếp từng lớp từ dưới lên trên: cải Brussels, thịt gà, thịt giăm bông và sốt kem chanh ở trên.
f) Nướng trong lò làm nóng trước trong 20 phút. Ăn nóng.

57. Fettuccine với prosciutto và măng tây

THÀNH PHẦN:
- ½ pound Măng tây, cắt thành miếng 1 inch.
- 2 thìa bơ
- ½ chén hành tây, băm nhỏ
- 4 ounce Prosciutto
- 1 thìa bơ
- 1 thìa bột mì
- ½ cốc kem
- 1 pound Fettuccine
- ½ cốc phô mai Parmesan mới bào
- Hạt tiêu mới xay

HƯỚNG DẪN:

a) Nấu măng tây cho đến khi mềm; làm khô hạn. Giảm nước nấu xuống còn ½ cốc. Đun chảy bơ trong chảo trên lửa vừa.

b) Thêm hành tây và nấu cho đến khi có mùi thơm. Khuấy prosciutto và xào.

c) Làm hỗn hợp bột mì và bơ; thêm nước và kem măng tây dành riêng.

d) Đánh đều và đun nóng cho đến khi nước sốt đặc lại.

e) Thêm măng tây và prosciutto vào rồi khuấy đều. Trong lúc đó, hãy nấu mì ống.

f) Khi mì đã chín vừa, để ráo nước và trộn với nước sốt, thêm phô mai bào.

g) Phục vụ và thêm hạt tiêu mới xay cho vừa ăn.

58. Fusilli với prosciutto và đậu Hà Lan

THÀNH PHẦN:
- 2 muỗng canh dầu ô liu
- 2 thìa bơ
- 1 củ cà rốt băm nhỏ
- 1 cọng cần tây băm nhỏ
- 1 củ hành băm nhỏ
- 6 lát prosciutto mỏng - cắt nhỏ
- ½ chén rượu trắng
- 24 ounce cà chua căng
- 1 cốc đậu Hà Lan
- 1 pound mì ống fusilli nấu chín

HƯỚNG DẪN:

a) Đun nóng dầu ô liu và bơ trong nồi nước sốt lớn. Thêm cà rốt băm, cần tây và hành tây. Xào nhanh cho đến khi mềm.
b) Thêm prosciutto, rượu vang trắng và cà chua căng.
c) Nấu khoảng 30 phút trên lửa nhỏ để hòa quyện hương vị. Kết thúc với đậu Hà Lan và khuấy đều.
d) Trộn mì ống nóng với nước sốt. Trang trí với húng quế tươi và phô mai parmesan.

59. Fusilli với nấm đông cô, bông cải xanh và sốt prosciutto

THÀNH PHẦN:
- 1 pound mì ống Fusilli
- 1 pound bông cải xanh; cắt tỉa và cắt thành miếng 1 inch

CHO NƯỚC SỐT
- ½ chén dầu ô liu
- ½ chén hẹ tây băm
- 1 tép tỏi; băm nhỏ
- 6 ounce nấm Shiitake - (đến 8 oz); cắt tỉa, thái lát
- 6 ounce Prosciutto hoặc giăm bông được xử lý tương tự - (đến 8 oz); cắt xúc xắc nhỏ, Hoặc dải
- ½ thìa cà phê ớt đỏ khô (đến 1 thìa cà phê); hoặc nếm thử
- ⅓ chén nước luộc gà hoặc nước dùng
- 2 muỗng canh mùi tây tươi băm nhỏ
- 2 thìa hẹ tươi băm nhỏ
- 2 thìa tarragon tươi

TRÌNH BÀY
- Phô mai Parmesan tươi bào; (không bắt buộc)
- Cà chua khô; (không bắt buộc)

HƯỚNG DẪN:
a) Đầu tiên, làm nước sốt. Trong chảo đun nóng dầu. Thêm hẹ vào và nấu, khuấy trong 1 phút.

b) Sau đó thêm nấm vào và nấu, thỉnh thoảng khuấy trong 5 phút hoặc cho đến khi nấm có màu vàng nhạt.

c) Bây giờ cho tỏi, prosciutto và ớt đỏ vào xào trong 30 phút, sau đó thêm nước luộc gà hoặc nước dùng vào và đun nhỏ lửa trong 1 phút.

d) Đối với mì ống của bạn, hãy đun sôi một nồi nước lớn.

e) Khi nước đã sẵn sàng, thêm mì ống của bạn. Hãy nhớ bắt đầu thời gian nấu khi nước sôi chứ không phải khi bạn thêm mì ống.

f) Nấu mì ống của bạn theo hướng dẫn trên bao bì, sau 6 phút nấu, thêm bông cải xanh vào mì nấu.

g) Xả mì ống và bông cải xanh vào một cái chao và chuyển sang món ăn. Đổ nước sốt lên trên, trộn đều. Trang trí nếu muốn.

60. Pappardelle với prosciutto và đậu Hà Lan

THÀNH PHẦN:
- ¼ cốc prosciutto băm nhỏ
- 1 cốc đậu Hà Lan
- 1 cốc kem đặc
- 1 cốc rưỡi
- ⅓ cốc phô mai Asiago bào
- 1 pound mì Lasagne

HƯỚNG DẪN:
a) Đun nóng chảo xào lớn cho đến khi nóng.
b) Thêm prosciutto băm nhỏ và nấu trong khoảng ba phút cho đến khi mềm nhưng không giòn.
c) Thêm đậu Hà Lan và khuấy đều để kết hợp. Đổ kem đặc và nửa rưỡi vào. Thêm phô mai Asiago và giảm nhiệt xuống thấp.
d) Để nước sốt sôi trong năm phút, khuấy thường xuyên để phô mai tan chảy và kem hơi đặc lại.
e) Nêm hạt tiêu.
f) Để làm pappardelle, lấy mì lasagne và cắt chúng thành dải dài rộng khoảng 1 inch.
g) Thả các dải vào nước sôi có muối và nấu cho đến khi mềm.
h) Để phục vụ, hãy trộn mì ống đã nấu chín với sốt phô mai.

61.Salami và Brie Crostini

THÀNH PHẦN:
- 1 bánh mì Pháp, cắt thành 4-6 miếng dày
- Phô mai Brie 8 ounce, thái lát mỏng
- Gói Prosciutto 4 ounce
- ½ chén nước sốt việt quất
- ¼ chén dầu ô liu
- bạc hà tươi

BALSAMIC GLAZE:
- 2 muỗng canh đường nâu
- ¼ chén giấm balsamic

HƯỚNG DẪN:
BALSAMIC GLAZE:
a) Trong chảo trên lửa nhỏ, thêm đường nâu và một cốc giấm balsamic.
b) Đun nhỏ lửa cho đến khi giấm đặc lại.
c) Lấy men ra khỏi lửa và để nguội. Nó sẽ dày lên khi nó nguội đi.

ĐỂ LẮP RÁP:
d) Quét nhẹ bánh mì baguette với dầu ô liu và nướng bánh mì trong lò trong 8 phút.
e) Trải brie lên bánh mì.
f) Thêm một thìa cà phê nước sốt nam việt quất và prosciutto lên trên.
g) Phủ một lớp men balsamic lên trên, sau đó là lá bạc hà.
h) Phục vụ ngay.

62. Proscuitto và Mozarella Bruschetta

THÀNH PHẦN:

h) ½ cốc cà chua thái nhỏ
i) 3 ounce mozzarella cắt nhỏ
j) 3 lát prosciutto, xắt nhỏ
k) 1 muỗng canh dầu ô liu
l) 1 muỗng cà phê húng quế khô
m) 6 lát bánh mì Pháp nhỏ

HƯỚNG DẪN:

a) Làm nóng nồi chiên không dầu ở nhiệt độ 350 độ F. Đặt các lát bánh mì và nướng bánh mì trong 3 phút. Phủ cà chua, prosciutto và mozzarella lên trên bánh mì. Rắc húng quế lên phô mai mozzarella. Rưới dầu ô liu.
b) Quay trở lại nồi chiên không dầu và nấu thêm 1 phút nữa, đủ để trở nên mềm và ấm.

63. Tôm cắn bạc hà

THÀNH PHẦN:
- 2 muỗng canh dầu ô liu
- 10 ounce tôm, nấu chín
- 1 muỗng canh bạc hà, xắt nhỏ
- 2 muỗng canh erythritol
- ⅓ cốc quả mâm xôi, xay
- 2 thìa cà phê bột cà ri
- 11 lát prosciutto
- ⅓ cốc nước dùng rau củ

HƯỚNG DẪN:
a) Rưới dầu lên từng con tôm sau khi gói thành từng lát prosciutto.
b) Trong nồi ăn liền của bạn, kết hợp quả mâm xôi, cà ri, bạc hà , nước kho và erythritol, khuấy đều và nấu trong 2 phút ở lửa nhỏ.
c) Cho xửng hấp và tôm đã bọc vào nồi, đậy nắp và nấu ở nhiệt độ cao trong 2 phút.
d) Đặt tôm đã gói lên đĩa và rưới nước sốt bạc hà trước khi dùng.

64.Lê, Củ cải Microgreen & Prosciutto Bite

THÀNH PHẦN:
- 8 ounce phô mai dê mềm
- 6 ounce prosciutto, cắt thành dải
- Gói 2 ounce củ cải xanh
- ¼ cốc nước chanh mới vắt
- 2 quả lê, thái lát

HƯỚNG DẪN:
a) Rưới nước cốt chanh lên từng lát lê.
b) Trên một nửa lát lê, phết ¼ thìa cà phê phô mai dê mềm, sau đó xen kẽ các nguyên liệu với nửa còn lại.
c) Trải thêm ¼ thìa cà phê phô mai dê mềm lên trên lát lê trên cùng, tiếp theo là một dải prosciutto gấp lại và một chút phô mai dê mềm, sau đó là rau xanh củ cải.
d) Tập hợp các lát lê còn lại và dùng kèm với nhiều rau xanh củ cải hơn ở trên.

65.Cốc prosciutto muffin

THÀNH PHẦN:

- 1 lát prosciutto (khoảng ½ ounce)
- 1 lòng đỏ trứng vừa
- 3 thìa Brie thái hạt lựu
- 2 muỗng canh phô mai mozzarella thái hạt lựu
- 3 muỗng canh phô mai Parmesan bào

HƯỚNG DẪN:

a) Làm nóng lò ở nhiệt độ 350°F. Lấy khuôn làm bánh muffin có các lỗ rộng khoảng 2½ inch và sâu khoảng 1½ inch.
b) Gấp lát prosciutto làm đôi để nó gần như hình vuông. Đặt nó vào khuôn làm bánh nướng xốp để lót hoàn toàn.
c) Đặt lòng đỏ trứng vào cốc prosciutto.
d) Thêm phô mai lên trên lòng đỏ trứng một cách nhẹ nhàng mà không làm vỡ nó.
e) Nướng khoảng 12 phút cho đến khi lòng đỏ chín và ấm nhưng vẫn chảy nước.
f) Để nguội 10 phút trước khi lấy ra khỏi khuôn muffin.

66. Quả bơ prosciutto

THÀNH PHẦN:
- ½ chén hạt macadamia
- ½ quả bơ lớn đã gọt vỏ và bỏ hạt (khoảng 4 ounce bột giấy)
- 1 ounce prosciutto nấu chín, vụn
- ¼ thìa cà phê tiêu đen

HƯỚNG DẪN:

a) Trong một máy xay thực phẩm nhỏ, xay hạt macadamia cho đến khi vỡ vụn đều. Chia đôi.

b) Trong một bát nhỏ, trộn bơ, một nửa số hạt mắc ca, vụn prosciutto và hạt tiêu rồi trộn đều bằng nĩa.

c) Tạo thành hỗn hợp thành 6 quả bóng.

d) Đặt những hạt macadamia vụn còn lại lên một đĩa vừa và lăn từng viên riêng lẻ để phủ đều.

e) Phục vụ ngay lập tức.

NGỌT VÀ TRÁNG MIỆNG

67.Gubana (Bánh ngọt nhân ngọt)

THÀNH PHẦN:
- 500g bột mì
- 200g bơ không muối
- 100g đường
- 3 quả trứng
- 1 cốc sữa
- 1 chén hạt cắt nhỏ (quả óc chó và quả phỉ)
- 1 cốc nho khô
- 1/2 chén mật ong
- Vỏ của 1 quả cam
- 1 muỗng cà phê quế

HƯỚNG DẪN:
a) Làm bột bằng cách kết hợp bột mì, bơ, đường, trứng và sữa.
b) Cán bột thành hình chữ nhật.
c) Trộn các loại hạt, nho khô, mật ong, vỏ cam và quế.
d) Trải phần nhân lên trên miếng bột rồi cuộn lại.
e) Đặt vào chảo đã phết mỡ và nướng ở nhiệt độ 180°C (350°F) trong khoảng 45 phút.
f) Để nguội trước khi cắt.

68.Táo và Ricotta Crostata

THÀNH PHẦN:
- 1 tờ bánh phồng
- 1 cốc phô mai ricotta
- 2 thìa đường
- 2 quả táo, thái lát mỏng
- 1 thìa nước cốt chanh
- 1 muỗng canh mứt mơ (để làm men)

HƯỚNG DẪN:
a) Làm nóng lò ở nhiệt độ 200°C (400°F).
b) Tung ra bánh phồng và đặt nó lên một tấm nướng bánh.
c) Trộn phô mai ricotta với đường và phết lên bánh ngọt.
d) Cho các lát táo vào nước cốt chanh và xếp chúng lên trên.
e) Gấp các cạnh của bánh ngọt lên trên những quả táo.
f) Nướng trong 20-25 phút hoặc cho đến khi vàng.
g) Đun nóng mứt mơ rồi phết lên táo để tạo lớp men.

69.Bánh táo Trentino (Torta di Mele Trentina)

THÀNH PHẦN:
- 2-3 quả táo, gọt vỏ và thái lát
- 2 chén bột mì đa dụng
- 1 cốc đường
- 1/2 chén bơ không muối, tan chảy
- 1/2 cốc sữa
- 3 quả trứng
- 1 muỗng canh bột nở
- Vỏ của 1 quả chanh
- Đường bột để rắc đường

HƯỚNG DẪN:
a) Làm nóng lò ở nhiệt độ 180°C (350°F). Bôi mỡ và bột vào chảo bánh.
b) Trong tô, trộn bột mì, đường, bơ tan chảy, sữa, trứng, bột nở và vỏ chanh cho đến khi mịn.
c) Đổ bột nhồi vào cái chảo đã được chuẩn bị.
d) Xếp các lát táo lên trên.
e) Nướng trong 40-45 phút hoặc cho đến khi tăm rút ra sạch.
f) Để nguội, sau đó rắc đường bột trước khi dùng.

70.Kem Chiên Venice

THÀNH PHẦN:
- 4 quả trứng lớn, tách ra
- 3/4 cốc đường
- 1/2 muỗng cà phê chiết xuất vani
- 1 và 1/2 chén bột mì đa dụng
- Vỏ từ 1/2 quả chanh
- 4 cốc sữa nguyên chất, hâm nóng
- 6 muỗng canh vụn bánh mì không tẩm gia vị
- Dầu thực vật để chiên

HƯỚNG DẪN:
a) Trong một tô trộn lớn, đánh lòng đỏ trứng, đường và vani trong 5 phút.
b) Dần dần thêm bột mì và vỏ chanh.
c) Thêm sữa vào dòng mỏng.
d) Đặt hỗn hợp vào một cái nồi cỡ vừa.
e) Đặt lửa trên lửa vừa và khuấy cho đến khi hỗn hợp đặc lại. Đừng đun sôi, sữa sẽ bị vón cục.
f) Lấy nồi ra khỏi bếp và đổ hỗn hợp lên bề mặt làm việc, tốt nhất là bằng đá cẩm thạch.
g) Dùng dao dàn đều hỗn hợp thành hình chữ nhật dày khoảng 1 inch.
h) Để hỗn hợp nguội.
i) Cắt hỗn hợp thành đường chéo 2 inch.
j) Trong một tô cỡ vừa đánh lòng trắng trứng.
k) Đặt vụn bánh mì vào một bát riêng.
l) Nạo những viên kim cương vào lòng trắng trứng và sau đó là vụn bánh mì.
m) Đun nóng dầu trong chảo lớn.
n) Chiên chúng trong dầu cho đến khi vàng nâu cả hai mặt.
o) Phục vụ ấm áp

71. Panna cotta sốt caramel

THÀNH PHẦN: :
- 1 cốc đường
- 1 ly nước; Hoặc nhiều hơn
- 1 ly nước
- 2 thìa nước
- 4 thìa cà phê gelatin không mùi
- 5 cốc kem tươi
- 1 cốc sữa
- 1 cốc đường bột
- 1 hạt vani; chia theo chiều dọc

HƯỚNG DẪN:
ĐỐI VỚI NƯỚC SỐT:

a) Kết hợp 1 cốc đường và ½ cốc nước vào chảo nước sốt vừa nặng trên lửa nhỏ. Khuấy cho đến khi đường tan. Tăng nhiệt và đun sôi mà không khuấy cho đến khi xi-rô chuyển sang màu hổ phách, thỉnh thoảng xoay chảo và dùng bàn chải bánh ướt quét các mặt xuống, khoảng 8 phút. Lấy chảo ra khỏi bếp.

b) Cẩn thận thêm ½ cốc nước. Bắt chảo lên bếp và đun sôi, khuấy đều để hòa tan caramen trong khoảng 2 phút.

c) Mát mẻ.

ĐỐI VỚI BÁNH PUDD:

d) Đổ 2 thìa nước vào tô nhỏ. Rắc gelatin. Để yên cho đến khi mềm, khoảng 10 phút. Trộn kem, sữa và đường trong một cái chảo lớn nặng. Cạo hạt từ đậu vani; thêm đậu.

e) Đun sôi, khuấy thường xuyên. Loại bỏ khỏi nhiệt. Thêm hỗn hợp gelatin và khuấy đều để hòa tan. Loại bỏ đậu vani. Chuyển hỗn hợp vào tô. Đặt tô lên trên tô nước đá lớn hơn. Để yên cho đến khi nguội, thỉnh thoảng khuấy đều khoảng 30 phút. Chia đều bánh pudding cho sáu cốc sữa trứng 10 ounce. Đậy nắp và để lạnh qua đêm.

f) Đổ bánh pudding ra đĩa. Rưới nước sốt caramel và thưởng thức.

72.Panna Cotta Sôcôla

THÀNH PHẦN: :
- 500ml kem đặc
- 10 g gelatin
- 70g sôcôla đen
- 2 thìa sữa chua
- 3 thìa đường
- một nhúm muối

HƯỚNG DẪN:
a) Ngâm gelatine với một lượng nhỏ kem.
b) Trong một cái chảo nhỏ, đổ phần kem còn lại. Đun sôi đường và sữa chua, thỉnh thoảng khuấy đều nhưng không đun sôi. Lấy chảo ra khỏi bếp.
c) Khuấy sô cô la và gelatine cho đến khi chúng hòa tan hoàn toàn.
d) Đổ đầy bột vào khuôn và để nguội trong 2-3 giờ.
e) Để lấy panna cotta ra khỏi khuôn, hãy ngâm nó dưới nước nóng trong vài giây trước khi lấy món tráng miệng ra.
f) Trang trí theo ý thích của bạn và phục vụ!

73. Bánh kem caramel

THÀNH PHẦN:
- ½ cốc Đường cát
- 1 muỗng cà phê Nước
- 4 Lòng đỏ trứng hoặc 3 quả trứng nguyên quả
- 2 tách Sữa, bỏng
- ½ thìa cà phê Tinh dầu vanilla

HƯỚNG DẪN:
a) Trong một cái chảo lớn, kết hợp 6 thìa đường và 1 cốc nước. Đun trên lửa nhỏ, thỉnh thoảng lắc hoặc khuấy bằng thìa gỗ để tránh bị cháy cho đến khi đường chuyển sang màu vàng.

b) Đổ xi-rô caramel vào đĩa nướng nông (8x8 inch) hoặc đĩa bánh càng sớm càng tốt. Để nguội cho đến khi cứng.

c) Làm nóng lò ở nhiệt độ 325 độ F.

d) Đánh lòng đỏ trứng hoặc cả quả trứng với nhau. Trộn sữa, chiết xuất vani và lượng đường còn lại cho đến khi hòa quyện hoàn toàn.

e) Đổ caramel đã nguội lên trên.

f) Đặt đĩa nướng vào bồn nước nóng. Nướng trong 1-112 giờ hoặc cho đến khi chín ở giữa. Mát, mát, mát.

g) Để phục vụ, hãy cẩn thận đảo ngược lên đĩa phục vụ.

74. Đào nướng kiểu Ý

THÀNH PHẦN:
- 6 Những quả đào chín
- ⅓ cốc Đường
- 1 cái ly hạnh nhân xay
- 1 Lòng đỏ trứng
- ½ thìa cà phê Chiết xuất hạnh nhân
- 4 muỗng canh Bơ
- ¼ cốc Hạnh nhân cắt lát
- Kem nặng , tùy chọn

HƯỚNG DẪN:

a) Làm nóng lò ở nhiệt độ 350 độ F. Đào phải được rửa sạch, cắt đôi và bỏ hạt. Trong máy xay thực phẩm, xay nhuyễn 2 nửa quả đào.

b) Trong một đĩa trộn, trộn nhuyễn, đường, hạnh nhân xay, lòng đỏ trứng và chiết xuất hạnh nhân. Để tạo thành hỗn hợp sệt mịn, trộn tất cả nguyên liệu vào tô trộn.

c) Đổ phần nhân lên mỗi nửa quả đào và đặt nửa quả đào đã đổ đầy vào khay nướng đã phết bơ.

d) Rắc hạnh nhân cắt lát và phết phần bơ còn lại lên những quả đào trước khi nướng trong 45 phút.

e) Ăn nóng hoặc lạnh, kèm theo kem hoặc kem.

75.Kem Tiramisu

THÀNH PHẦN:

- 2 cốc đường
- 12 lòng đỏ trứng
- 2 quả đậu vani, tách đôi, cạo bỏ hạt
- 1,2L kem nguyên chất, cộng thêm ¼ cốc
- 2 thìa cà phê hạt hòa tan
- 50g bơ lạt, cắt nhỏ
- 4 bánh quy xốp, vụn
- 2 muỗng canh Frangelico
- 1 muỗng canh hạt phỉ thái nhỏ
- 400g mascarpone loại ngon
- 1 muỗng cà phê chiết xuất vani
- Bột cacao chất lượng tốt, mịn màng

HƯỚNG DẪN:

a) Làm nóng lò ở nhiệt độ 140°C.
b) Đánh đường và lòng đỏ trứng vào tô cho đến khi nhạt màu.
c) Cho vỏ và hạt vani vào nồi lớn cùng với kem và cà phê, đun sôi vừa phải, khuấy đều để hòa tan cà phê. Từ từ đổ hỗn hợp trứng vào, đánh liên tục cho đến khi hòa quyện.
d) Đổ hỗn hợp trứng vào chảo đã làm sạch và đặt trên lửa vừa thấp.
e) Nấu, khuấy liên tục trong 6-8 phút hoặc cho đến khi đặc lại và hỗn hợp trứng phủ lên mặt sau của thìa. Chia thành tám đĩa chịu nhiệt ¾ cốc và đặt vào chảo rang lớn. Thêm nước sôi vừa đủ ngập nửa thành chảo.
f) Đậy chảo bằng giấy bạc và cẩn thận đặt vào lò nướng. Nướng trong 30 phút cho đến khi vừa chín với sự lắc lư nhẹ nhàng ở giữa. Làm nguội đến nhiệt độ phòng, sau đó làm lạnh trong 2 giờ hoặc cho đến khi đông lại.
g) Khi sẵn sàng phục vụ, làm tan bơ trong chảo rán trong 2-3 phút hoặc cho đến khi có màu nâu hạt dẻ. Thêm ladyfingers vào và nấu, khuấy đều trong 3-4 phút hoặc cho đến khi nướng. Thêm Frangelico và hạt phỉ vào, khuấy đều. Mát mẻ. Nhẹ nhàng khuấy mascarpone, vani và kem thêm với nhau trong tô.
h) Đổ hỗn hợp mascarpone lên trên lớp sữa trứng. Rắc vụn bánh ladyfinger và ca cao để phục vụ.

76. Bánh Tiramisu

THÀNH PHẦN:
bánh nướng nhỏ
- 6 thìa bơ mặn, nhiệt độ phòng
- ¾ chén đường
- 2 muỗng cà phê chiết xuất vani
- 6 muỗng canh kem chua
- 3 lòng trắng trứng
- 1¼ chén bột mì đa dụng
- 2 thìa cà phê bột nở
- 6 thìa sữa
- 2 muỗng canh nước

NHÀ TIRAMISU
- 2 lòng đỏ trứng
- 6 thìa đường
- ½ cốc phô mai mascarpone
- ½ cốc kem đánh bông đặc
- 2½ muỗng canh nước ấm
- 1 thìa cà phê espresso hòa tan
- ¼ cốc Kahlua

HƯỚNG DẪN:
LÀM BÁNH CUPCAKE

a) Làm nóng lò nướng ở nhiệt độ 350 độ và chuẩn bị khuôn nướng bánh cupcake có lót giấy lót bánh nướng nhỏ.

b) Đánh bơ và đường cho đến khi có màu nhạt và mịn, khoảng 2-3 phút.

c) Thêm chiết xuất vani và kem chua và trộn cho đến khi kết hợp tốt.

d) Thêm lòng trắng trứng vào làm hai mẻ, trộn đều cho đến khi hòa quyện.

e) Trộn các nguyên liệu khô vào một bát khác, sau đó cho sữa và nước vào một bát khác.

f) Thêm một nửa nguyên liệu khô vào bột và trộn cho đến khi kết hợp tốt. Thêm hỗn hợp sữa và trộn cho đến khi kết hợp tốt. Thêm các thành phần khô còn lại và trộn cho đến khi kết hợp tốt.

g) Đổ đầy khuôn bánh cupcake vào khoảng nửa chừng. Nướng trong vòng 15-17 phút hoặc cho đến khi cắm tăm vào và thấy có vài mẩu vụn.
h) Lấy bánh cupcake ra khỏi lò và để nguội trong 2-3 phút, sau đó lấy ra giá làm mát để nguội hoàn toàn.

LÀM NHỮNG BÁNH CUPCAKE

a) Trong khi bánh cupcake nguội, hãy làm phần nhân. Kết hợp lòng đỏ trứng và đường trên nồi đun đôi, trên nước sôi. Nếu không có nồi đun đôi, bạn có thể dùng tô trộn kim loại đặt trên nồi có nước sôi.
b) Nấu trong khoảng 6-8 phút, để lửa nhỏ, khuấy liên tục hoặc cho đến khi hỗn hợp có màu nhạt và đường tan. Nếu hỗn hợp bắt đầu quá đặc và có màu vàng đậm hơn thì đó là hỗn hợp đã chín quá.
c) Khi hoàn tất, đánh lòng đỏ bằng máy trộn cho đến khi chúng đặc lại và có màu vàng một chút.
d) Gấp phô mai mascarpone vào lòng đỏ đã đánh bông.
e) Thêm kem tươi đặc vào một tô trộn khác và đánh cho đến khi tạo thành chóp cứng, khoảng 5-7 phút.
f) Trộn kem đã đánh bông vào hỗn hợp mascarpone.
g) Trong một bát nhỏ khác, trộn nước ấm, cà phê espresso và Kahlua.
h) Khi những chiếc bánh cupcake đã nguội, hãy cắt bỏ phần giữa.
i) Rưới khoảng 1 thìa hỗn hợp espresso lên bên trong các lỗ của bánh nướng nhỏ, sau đó đổ nhân tiramisu vào các lỗ đó.

77. Honeyed pudding

THÀNH PHẦN:
- ¼ cốc Bơ không muối
- 1½ cốc Sữa
- 2 lớn Trứng; bị đánh nhẹ
- 6 lát bánh mì đồng quê màu trắng; bị rách
- ½ cốc Thông thoáng; mật ong loãng, cộng thêm
- 1 muỗng canh Thông thoáng; mật ong loãng
- ½ cốc Nước nóng; thêm
- 1 muỗng canh Nước nóng
- ¼ thìa cà phê quế xay
- ¼ thìa cà phê Vanilla

HƯỚNG DẪN:

a) Làm nóng lò nướng ở nhiệt độ 350 độ và dùng một ít bơ để phết bơ vào đĩa bánh thủy tinh 9 inch. Đánh đều sữa và trứng, sau đó thêm các miếng bánh mì vào và đảo đều để phủ đều.

b) Để bánh mì ngâm trong 15 đến 20 phút, lật một hoặc hai lần. Trong chảo chống dính lớn, đun nóng phần bơ còn lại trên lửa vừa.

c) Chiên bánh mì đã ngâm trong bơ cho đến khi vàng, khoảng 2 đến 3 phút mỗi mặt. Chuyển bánh mì vào đĩa nướng.

d) Trong một cái bát, kết hợp mật ong và nước nóng và khuấy cho đến khi hỗn hợp được trộn đều.

e) Khuấy quế và vani rồi rưới hỗn hợp lên và xung quanh bánh mì.

f) Nướng khoảng 30 phút, hoặc cho đến khi có màu vàng nâu.

78. Mật ong đông lạnh Semifreddo

THÀNH PHẦN:
- 8 ounce kem nặng
- 1 muỗng cà phê chiết xuất vani
- ¼ muỗng cà phê nước hoa hồng
- 4 quả trứng lớn
- 4 ½ ounce mật ong
- ¼ thìa cà phê cộng với ⅛ thìa cà phê muối kosher
- Các đồ ăn kèm như trái cây thái lát, các loại hạt nướng, ca cao hoặc sô cô la bào

HƯỚNG DẪN:
a) Làm nóng lò ở nhiệt độ 350°F. Lót khuôn bánh mì cỡ 9 x 5 inch bằng màng bọc thực phẩm hoặc giấy da.
b) Đối với Semifreddo, trong tô của máy trộn đứng có gắn phụ kiện đánh trứng, đánh kem, vani và nước hoa hồng cho đến khi cứng.
c) Chuyển sang tô hoặc đĩa riêng, đậy nắp và làm lạnh cho đến khi sẵn sàng sử dụng.
d) Trong tô của máy trộn đứng, đánh trứng, mật ong và muối với nhau. Để trộn, sử dụng thìa linh hoạt để khuấy mọi thứ lại với nhau.
e) Trong chậu thép không gỉ, nấu, khuấy và cạo thường xuyên bằng thìa linh hoạt cho đến khi ấm đến 165°F, khoảng 10 phút.
f) Chuyển hỗn hợp sang máy trộn đứng có gắn phụ kiện đánh trứng khi hỗn hợp đạt đến 165°F. Đánh trứng ở tốc độ cao cho đến khi nổi bọt.
g) Nhẹ nhàng đánh một nửa lượng kem đã đánh bông đã chuẩn bị bằng tay.
h) Thêm các nguyên liệu còn lại vào, đánh nhanh, sau đó trộn đều bằng thìa linh hoạt cho đến khi hòa quyện.
i) Cạo vào khuôn ổ bánh mì đã chuẩn bị sẵn, đậy kín và để đông trong 8 giờ hoặc cho đến khi đủ cứng để cắt hoặc cho đến khi nhiệt độ bên trong đạt 0°F.
j) Đảo ngược semifreddo lên đĩa đã nguội để phục vụ.

79.Zabaglione

THÀNH PHẦN:
- 4 lòng đỏ trứng
- ¼ cốc đường
- ½ cốc Marsala Dry hoặc rượu vang trắng khô khác
- vài nhánh bạc hà tươi

HƯỚNG DẪN:

a) Trong một chậu cách nhiệt, đánh lòng đỏ và đường cho đến khi có màu vàng nhạt và bóng. Marsala sau đó sẽ được đưa vào.

b) Đun sôi một nồi vừa đầy nửa nước. Bắt đầu đánh hỗn hợp trứng/rượu trong tô cách nhiệt đặt trên miệng nồi.

c) Tiếp tục đánh trong 10 phút bằng máy đánh trứng (hoặc máy đánh trứng) trên nước nóng.

d) Sử dụng nhiệt kế đọc tức thời để đảm bảo hỗn hợp đạt 160°F trong thời gian nấu.

e) Tắt bếp và rưới zabaglione lên trái cây đã chuẩn bị sẵn, trang trí bằng lá bạc hà tươi.

f) Zabaglione cũng ngon không kém khi được phục vụ trên kem hoặc dùng riêng.

80. Affogato

THÀNH PHẦN:
- 1 muỗng kem vani
- 1 ly Espresso
- Một chút sốt sô-cô-la, tùy chọn

HƯỚNG DẪN:

a) Trong ly, cho một muỗng kem vani và 1 ly cà phê espresso.
b) Phục vụ!

81. Kem quế bột yến mạch

THÀNH PHẦN:
- Đế kem trống
- 1 cốc yến mạch
- 1 muỗng canh quế xay

HƯỚNG DẪN:
a) Chuẩn bị đế trống theo hướng dẫn.
b) Trong chảo nhỏ trên lửa vừa, kết hợp yến mạch và quế. Nướng bánh mì, khuấy thường xuyên trong 10 phút hoặc cho đến khi chín vàng và có mùi thơm.
c) Để ngấm, thêm quế nướng và yến mạch vào đế khi chúng tắt bếp và để ngấm trong khoảng 30 phút. Dùng lưới lọc đặt trên bát; lọc chất rắn, nhấn qua để đảm bảo rằng bạn nhận được càng nhiều kem có hương vị càng tốt. Có thể có một chút bã bột yến mạch lọt qua, nhưng không sao cả - nó rất ngon! Dự trữ chất rắn bột yến mạch cho công thức bột yến mạch!
d) Bạn sẽ mất một ít hỗn hợp để hấp thụ, vì vậy chất tạo nên trên loại kem này sẽ ít hơn bình thường một chút.
e) Bảo quản hỗn hợp trong tủ lạnh qua đêm. Khi bạn đã sẵn sàng làm kem, hãy trộn lại bằng máy xay ngâm cho đến khi mịn và như kem.
f) Đổ vào máy làm kem và đông lạnh theo hướng dẫn của nhà sản xuất. Bảo quản trong hộp kín và để đông qua đêm.

82. Gelato sô cô la đôi

THÀNH PHẦN:
- ½ cốc kem đặc
- 2 cốc sữa
- ¾ cốc đường
- ¼ thìa cà phê muối
- 7 ounce sôcôla đen chất lượng cao
- 1 muỗng cà phê chiết xuất vani
- Bơ dừa

HƯỚNG DẪN:

a) Bước đầu tiên được thực hiện bằng cách làm tan chảy sô cô la, sau đó làm nguội một chút. Cho sữa, kem và bơ vào tô rồi trộn đều cho đến khi hòa quyện.

b) Trộn đường bằng cách dùng máy đánh trứng và muối. Tiếp tục đánh khoảng 4 phút cho đến khi đường và muối tan hết. Sau đó trộn vào chiết xuất vani.

c) Cuối cùng cho sô-cô-la vào trộn đều. Đổ nguyên liệu vào máy làm kem và để máy khuấy trong 25 phút.

d) Cho gelato vào hộp kín và để trong ngăn đá tủ lạnh tối đa 2 giờ cho đến khi đạt được độ đặc mong muốn.

83. Gelato dâu-anh đào

THÀNH PHẦN:
- ½ cốc kem đặc
- 2 cốc sữa
- ¾ cốc đường
- Bơ dừa
- 1 cốc dâu tây cắt lát
- 1 muỗng canh chiết xuất vani

HƯỚNG DẪN:

a) Dùng máy xay sinh tố xay thật nhuyễn dâu tây. Cho sữa, kem và bơ vào tô rồi trộn đều cho đến khi hòa quyện. Trộn đường bằng cách dùng máy đánh trứng.

b) Tiếp tục đánh khoảng 4 phút cho đến khi đường tan. Sau đó trộn thêm chiết xuất vani và dâu xay nhuyễn.

c) Đổ nguyên liệu vào máy làm kem và để máy khuấy trong 25 phút.

d) Cho gelato vào hộp kín và để trong ngăn đá tủ lạnh tối đa 2 giờ cho đến khi đạt được độ đặc mong muốn.

84. Lớp bánh sừng bò bơ với prosciutto

THÀNH PHẦN:
- 3 thìa bơ mặn, thái lát mỏng, thêm nhiều hơn nữa để bôi trơn
- 6 chiếc bánh sừng bò, xé thành 3 phần
- 8 quả trứng lớn
- 3 cốc sữa nguyên chất
- 1 muỗng canh mù tạt Dijon
- 1 muỗng canh cây xô thơm tươi xắt nhỏ
- ¼ muỗng cà phê hạt nhục đậu khấu mới xay
- Muối Kosher và hạt tiêu mới xay
- 12 ounce rau bina đông lạnh, rã đông và vắt khô
- 1½ chén phô mai Gouda cắt nhỏ
- 1½ chén phô mai Gruyère cắt nhỏ
- 3 ounce prosciutto thái lát mỏng, rách

HƯỚNG DẪN:

a) Làm nóng lò ở nhiệt độ 350°F. Bôi mỡ vào đĩa nướng 9 × 13 inch.

b) Xếp bánh sừng bò vào đáy đĩa nướng và phủ bơ cắt lát lên chúng. Nướng cho đến khi nướng nhẹ, từ 5 đến 8 phút. Lấy ra và để nguội trong chảo cho đến khi chạm vào không còn nóng nữa, khoảng 10 phút.

c) Trong một tô vừa, đánh trứng, sữa, mù tạt, cây xô thơm, nhục đậu khấu và một chút muối và hạt tiêu. Khuấy rau bina và ¾ cốc mỗi loại phô mai. Cẩn thận đổ hỗn hợp lên bánh sừng bò nướng, dàn đều. Phủ phô mai còn lại lên trên và thêm prosciutto để hoàn thành. Đậy nắp và để lạnh ít nhất 30 phút hoặc qua đêm.

d) Khi đã sẵn sàng nướng, hãy lấy các lớp bánh ra khỏi tủ lạnh và làm nóng lò trước ở nhiệt độ 350°F.

e) Nướng cho đến khi phần giữa của lớp bánh đông lại, khoảng 45 phút. Nếu bánh sừng bò bắt đầu chuyển sang màu nâu trước khi nấu xong các lớp, hãy bọc chúng bằng giấy bạc và tiếp tục nướng.

f) Lấy các lớp ra khỏi lò và để nguội trong 5 phút trước khi dùng.

85. Bánh tart đào balsamic và brie

THÀNH PHẦN:
- 1 tờ bánh phồng đông lạnh, rã đông
- ⅓ cốc Pesto húng quế chanh
- 1 (8 ounce) bánh phô mai Brie, gọt vỏ và thái lát
- 2 quả đào chín, thái lát mỏng
- Dầu ôliu siêu nguyên chất
- Muối Kosher và hạt tiêu mới xay
- 3 ounce prosciutto thái lát mỏng, rách
- ¼ chén giấm balsamic
- 2 đến 3 thìa mật ong
- Lá húng quế tươi, để phục vụ

HƯỚNG DẪN:

a) Làm nóng lò ở nhiệt độ 425°F. Lót một tấm nướng có viền bằng giấy da.

b) Nhẹ nhàng lăn bánh phồng ra trên bề mặt sạch sẽ với độ dày 1/8 inch và chuyển nó vào khay nướng đã chuẩn bị sẵn. Dùng nĩa đâm khắp mặt bánh, sau đó phết đều pesto lên bột, để lại đường viền ½ inch.

c) Xếp Brie và đào lên trên pesto và rưới nhẹ một ít dầu ô liu. Nêm muối và hạt tiêu rồi rắc prosciutto lên trên.

d) Rắc các cạnh của bột với hạt tiêu.

e) Nướng cho đến khi bánh vàng và prosciutto giòn, từ 25 đến 30 phút.

f) Trong khi đó, trong một cái bát nhỏ, trộn giấm và mật ong với nhau.

g) Lấy bánh tart ra khỏi lò, phủ lá húng quế lên trên và rưới hỗn hợp mật ong lên trên. Cắt thành từng miếng và dùng nóng.

86. Bánh tart hành tây và prosciutto

THÀNH PHẦN:
- ½ pound Bánh phồng
- 4 củ hành lớn; băm nhỏ
- 3 ounce Prosciutto; thái hạt lựu
- ½ thìa cà phê húng tây
- ½ muỗng cà phê hương thảo
- 2 muỗng canh dầu ô liu
- 12 quả ô liu đen ngâm dầu cỡ lớn; đọ sức
- Hạt tiêu vừa mới nghiền
- Muối nếu cần
- 1 quả trứng

HƯỚNG DẪN:

a) Nấu hành tây trong dầu với các loại thảo mộc cho đến khi hành tây trong suốt. Thêm prosciutto và nấu 3 phút. Nêm hạt tiêu và kiểm tra muối. Sự ớn lạnh.

b) Cán bột thành hình chữ nhật có kích thước 11 inch x 9. Cắt 4 dải bột để làm đường viền và ấn chúng vào các cạnh của hình chữ nhật.

c) Chuyển sang khay bánh quy và phết trứng đã đánh lên các cạnh. Thư giãn ½ giờ. Làm nóng lò ở nhiệt độ 425. Trải hỗn hợp hành tây lên bột đã chuẩn bị sẵn. nướng 30 phút.

d) Giảm nhiệt xuống 300, trang trí bánh tart với ô liu cắt lát và tiếp tục nướng thêm 15 phút nữa.

87. Bánh mì cà chua ô liu Prosciutto

THÀNH PHẦN:
- Ổ bánh mì 1 lb, ổ bánh mì 1 1/2 lb
- 1 ly nước
- 2 muỗng canh dầu thực vật
- ⅓ cốc cà chua chín
- ⅓ cốc ô liu, ô liu rỗ hoặc ô liu ngâm rượu khác
- ⅓ cốc prosciutto, cắt nhỏ
- 2 thìa cà phê đường
- ½ thìa cà phê cây xô thơm
- 1 thìa cà phê muối
- ⅓ chén bột lúa mạch đen
- 1½ chén bột mì nguyên cám
- 1½ chén bột mì
- 1½ muỗng cà phê men

HƯỚNG DẪN:
a) Nướng theo hướng dẫn của nhà sản xuất.

88. bánh mì kẹp thịt màu cam Prosciutto

THÀNH PHẦN:
- 1 cốc bột mì
- ¼ thìa cà phê muối
- 1 cốc sữa
- 2 quả trứng; bị đánh nhẹ
- 1 muỗng canh bơ thực vật tan chảy
- 2 lát Prosciutto; cắt bớt mỡ thừa; Thái nhỏ
- 1 quả cam lớn; vỏ bào mịn

HƯỚNG DẪN:

a) Đặt chảo vào lò nướng và làm nóng trước ở nhiệt độ 450 độ. Lấy chảo ra khỏi lò ngay khi nó còn nóng.

b) Trộn đều bột mì và muối. Đánh đều sữa, trứng và bơ thực vật tan chảy cho đến khi hỗn hợp mịn. Đừng đánh bại quá mức. Khuấy prosciutto và vỏ cam.

c) Múc bột vào chảo nóng và nướng trong lò làm nóng trước 15 phút. Vặn lửa lên 350 độ và tiếp tục nướng trong 15-20 phút, cho đến khi phồng lên và chín vàng. Không bao giờ mở cửa lò trong thời gian nướng vì bánh nướng sẽ xẹp xuống.

d) Lấy ra khỏi lò và dùng dao chạy xung quanh từng chiếc bánh nướng xốp.

e) Lấy ra khỏi chảo và dùng dao đâm từng cái.

89. Prosciutto kẹo

THÀNH PHẦN:
- 3 chén đường
- 1 1/2 chén Prosciutto di Parma lát, cắt nhỏ

HƯỚNG DẪN:

a) Đun chảy đường từ từ trong chảo cỡ vừa, thêm prosciutto và trộn trong 3 phút.

b) Trải hỗn hợp lên một tấm lót có lót giấy sáp hoặc giấy da trên đó.

c) Để nguội và vỡ ra để vỡ vụn.

90. Bánh khoai tây phô mai Mozzarella và prosciutto

THÀNH PHẦN:
- Bánh khoai tây phô mai Mozzarella và prosciutto
- 1/2 cốc (35g) vụn bánh mì tươi
- 900 gram khoai tây, gọt vỏ
- 1/2 cốc (125ml) sữa nóng
- 60 gram bơ, cắt thành khối
- 2/3 cốc (50g) parmesan bào
- 2 quả trứng
- 1 lòng đỏ trứng
- 1 cốc (100g) phô mai mozzarella bào sợi
- 100 gram prosciutto, thái hạt lựu
- tên lửa bé, để phục vụ

HƯỚNG DẪN:

g) Làm nóng lò ở mức rất nóng, 200°C (180°C dùng quạt).

h) Bôi bơ vào chảo dạng lò xo 20 cm; rắc một phần ba số vụn bánh mì vào đế.

i) Cho khoai tây vào nồi nước sôi có pha muối đun sôi trong 15 phút cho đến khi mềm. Làm khô hạn; quay trở lại chảo 1 phút, cho đến khi khô.

j) Nghiền khoai tây, thêm sữa và một nửa bơ. Khuấy parmesan, trứng và lòng đỏ trứng; mùa.

k) Trải chảo đã chuẩn bị sẵn với một nửa hỗn hợp khoai tây. Phủ phô mai mozzarella và prosciutto; phủ hỗn hợp khoai tây còn lại lên trên. Chấm bơ còn lại; rắc vụn bánh mì còn lại.

l) Nướng 30 phút cho đến khi vàng và ấm; bánh đứng 10 phút. Cắt lát và phục vụ bằng tên lửa.

91. Panna Cotta Đậu Xanh Với Prosciutto

THÀNH PHẦN:
PANNA COTTA ĐẬU XANH:
- Xịt dầu cải hoặc dầu trung tính khác
- 1 muỗng canh. mảnh thạch agar
- 1 cọng cần tây nhỏ, cắt thành khối
- 2" nhánh hương thảo tươi
- 1 lá nguyệt quế
- 1/2 muỗng cà phê. hạt tiêu đen nguyên hạt
- 1/4 muỗng cà phê. toàn bộ quả mọng
- 2 nhánh rau mùi tây lá phẳng của Ý
- Muối ăn, để nếm
- 2 chén đậu xanh
- 1/4 c. kem béo
- 2 muỗng canh phô mai brie
- Ớt cayenne, để nếm thử
- Hương vị hạt tiêu
- Rau xanh hoặc rau cần tây, để trang trí

CHIP PROSCIUTTO:
- 4 lát mỏng Prosciutto de Parma

PANNA COTTA ĐẬU XANH:

a) Làm nóng lò ở nhiệt độ 400° F với giá đỡ ở giữa. Lót giấy bạc vào khay nướng có viền. Phủ nhẹ lên các cốc của hộp bánh muffin mini 12 cốc bằng bình xịt nấu ăn rồi đặt sang một bên.

b) Kết hợp 1-3/4 cốc nước, thạch agar, cần tây, hương thảo, lá nguyệt quế, hạt tiêu, quả mọng, rau mùi tây và 1/4 thìa cà phê muối ăn vào một cái chảo nhỏ. Đun sôi ở lửa lớn, thỉnh thoảng cạo đáy chảo, sau đó giảm nhiệt xuống thấp. Thỉnh thoảng tiếp tục cạo đáy chảo vì thạch thích lắng xuống, cho đến khi nó tan ra, khoảng 6-8 phút.

c) Thêm đậu Hà Lan vào máy xay và xay nhuyễn. Lọc nước dùng thạch qua lưới lọc mịn vào máy xay. Thêm kem béo, brie, một hoặc hai nhúm ớt cayenne và nước bổ sung để nâng thể tích lên trên 2 cốc.

d) Trộn cho đến khi mịn, cạo các cạnh của máy xay nếu cần. Nếm và điều chỉnh gia vị với muối, tiêu trắng và thêm ớt cayenne nếu muốn, trộn nhanh để hòa quyện hoàn toàn. Phân phối đều hỗn hợp vào 12 cốc muffin đã chuẩn bị.

e) Nhấn vào chảo nhiều lần để lắng xuống và giúp loại bỏ bọt khí có thể đã hình thành. Để khoảng một giờ cho thạch đông lại.

f) Khi phục vụ, dùng dao mỏng xung quanh mép bánh panna cotta, sau đó lấy từng miếng ra.

CHIP PROSCIUTTO:

g) Làm nóng lò ở nhiệt độ 250°F.

h) Sử dụng máy cắt tròn 1 inch, cắt các vòng tròn của prosciutto. Đặt trên khay có lót giấy da và nướng trong vòng 10–15 phút cho đến khi giòn. Dự trữ để trang trí.

CUỘC HỌP:

i) Đặt panna cotta lên khay.

j) Đặt một đĩa prosciutto lên aioli.

k) Trang trí với rau xanh hoặc rau cần tây.

92. Gelato chanh hạt chia

THÀNH PHẦN:
- Vỏ bào và nước cốt của 4 quả chanh
- ¾ cốc đường
- cốc nửa rưỡi
- lòng đỏ trứng lớn
- 1¼ cốc kem đặc
- ⅔ cốc hạt chia

HƯỚNG DẪN:

a) Trong máy xay thực phẩm, xay vỏ chanh và đường khoảng 5 lần để chiết xuất dầu ra khỏi vỏ. Chuyển đường vôi vào tô.

b) Đổ đầy một phần đá và nước vào tô lớn, đặt tô vừa vào nước đá và đặt lưới lọc mịn lên trên.

c) Trong một cái chảo, kết hợp ½ cốc đường vôi và nửa rưỡi. Đun sôi trên lửa vừa, khuấy đều để hòa tan đường.

d) Trong khi đó, thêm lòng đỏ trứng vào lượng đường chanh còn lại trong tô và đánh đều.

e) Từ từ múc khoảng một nửa hỗn hợp nửa rưỡi còn nóng vào lòng đỏ vừa đánh vừa khuấy liên tục, sau đó cho hỗn hợp nửa rưỡi này vào nồi.

f) Nấu, khuấy liên tục cho đến khi sữa trứng đủ đặc để phủ lên mặt sau của thìa, khoảng 5 phút.

g) Đổ sữa trứng qua lưới lọc vào tô đã chuẩn bị sẵn và khuấy cho đến khi nguội.

h) Khuấy nước cốt chanh, kem và hạt chia. Lấy bát ra khỏi bồn nước đá, đậy nắp và để lạnh cho đến khi sữa trứng nguội, ít nhất 2 giờ hoặc tối đa 4 giờ.

i) Làm đông lạnh và khuấy trong máy làm kem theo hướng dẫn của nhà sản xuất. Để có độ đặc mềm, hãy dùng kem ngay; để có độ đặc chắc hơn, hãy chuyển nó vào hộp đựng, đậy nắp và để cứng trong tủ đông trong 2 đến 3 giờ.

93.Kem Gateau sô-cô-la và anh đào

THÀNH PHẦN:
- 1 cốc (2 que) bơ không muối
- 1 cốc đường siêu mịn
- 1 muỗng cà phê. chiết xuất vani nguyên chất
- 4 quả trứng, đánh đập
- 2 cốc ít hơn 1 muỗng canh đầy. bột mì đa dụng
- 1 muỗng canh đầy. bột ca cao không đường
- 1 ½ muỗng cà phê. bột nở
- 4 cốc quả anh đào bỏ hạt và cắt nhỏ
- ½ cốc nước ép nam việt quất
- 3 muỗng canh. đường nâu nhạt
- ½ công thức gelato vani sang trọng
- 1 cốc kem đặc, đánh nhẹ
- vài quả anh đào để phủ lên trên
- những lọn tóc sô cô la

HƯỚNG DẪN:

a) Làm nóng lò ở nhiệt độ 350°F (180°C). Bôi nhẹ một ít dầu vào khuôn bánh dạng lò xo 7 inch hoặc chảo bánh sâu có đáy lỏng. Đánh bơ, đường và vani với nhau cho đến khi có màu nhạt và mịn như kem.

b) Đánh nhẹ nhàng làm đôi số trứng, sau đó cho dần các nguyên liệu khô vào, xen kẽ với số trứng còn lại cho đến khi hòa quyện. Múc từng thìa vào chảo bánh đã chuẩn bị sẵn, làm phẳng mặt trên và nướng trong 35 đến 40 phút cho đến khi chạm vào chắc lại.

c) Để nguội trong chảo, sau đó lấy ra, bọc trong giấy bạc và để lạnh cho đến khi thật lạnh để cắt lát dễ dàng hơn.

d) Cho quả anh đào vào nồi nhỏ cùng với nước ép nam việt quất và đường nâu. Nấu trên lửa vừa cho đến khi mềm. Đặt sang một bên để nguội, sau đó làm lạnh cho đến khi thực sự lạnh. Chuẩn bị gelato vani cho đến khi đạt được độ sệt vừa phải.

e) Dùng dao dài cắt bánh thành ba lớp đều nhau. Đặt một lớp vào chảo bánh 7 inch, phủ một nửa quả anh đào và một phần ba nước ép của chúng lên trên. Phủ một lớp gelato, rồi đến lớp bánh thứ hai. Thêm phần còn lại của quả anh đào nhưng không phải tất cả nước ép (dùng phần nước ép còn lại để làm ẩm mặt dưới của lớp bánh thứ ba).

f) Phủ phần gelato còn lại và lớp bánh cuối cùng lên.

g) Nhấn mạnh xuống, bọc bằng màng bọc thực phẩm và để đông qua đêm. (Nếu muốn, bánh có thể bảo quản trong tủ đông tối đa 1 tháng.)

94. Bom sô cô la

THÀNH PHẦN:

- ½ công thức gelato sô cô la đắng
- ½ cốc kem tươi
- 1 lòng trắng trứng nhỏ
- ⅛ cốc đường siêu mịn
- 4 oz. quả mâm xôi tươi, nghiền và căng
- 1 công thức sốt mâm xôi

HƯỚNG DẪN:

a) Trong tủ đông, làm lạnh khuôn bome 3 ½ đến 4 cốc hoặc bát kim loại. Chuẩn bị gelato. Khi đã có độ sệt có thể phết được, đặt khuôn vào một bát đá. Lót gelato vào bên trong khuôn, đảm bảo lớp gelato dày và đều. Làm mịn phần trên. Cho khuôn ngay vào ngăn đá tủ lạnh và để đông cho đến khi thật cứng.

b) Trong khi đó, đánh kem cho đến khi cứng. Trong một bát riêng, đánh lòng trắng trứng cho đến khi tạo thành chóp mềm, sau đó đánh nhẹ đường cho đến khi bóng và cứng. Trộn kem đánh bông, lòng trắng trứng và quả mâm xôi đã căng với nhau rồi để nguội. Khi đá sô-cô-la thực sự cứng lại, hãy múc hỗn hợp quả mâm xôi vào giữa quả bom.

c) Làm mịn mặt trên, phủ giấy sáp hoặc giấy bạc và để đông trong ít nhất 2 giờ.

d) Khoảng 20 phút trước khi dùng, lấy quả bom ra khỏi tủ đông, xiên một xiên nhỏ vào giữa để mở khóa hơi và dùng dao chạy quanh mép trên bên trong. Đảo ngược lên đĩa đã nguội và lau nhanh chảo bằng vải nóng. Bóp hoặc lắc chảo một hoặc hai lần để xem quả bom có trượt ra ngoài không; nếu không, hãy lau lại bằng vải nóng. Khi nó tuột ra, bạn có thể cần dùng dao pha màu nhỏ làm sạch bề mặt trên, sau đó cho vào ngăn đá ngay lập tức ít nhất 20 phút để cứng lại.

e) Phục vụ, cắt thành lát, với nước sốt mâm xôi. Bombe này sẽ giữ được từ 3 đến 4 tuần trong chảo trong tủ đông.

95. Alaska nướng dứa

THÀNH PHẦN:

- 1 6 đến 8 oz. miếng bánh gừng mua ở cửa hàng
- 6 lát dứa chín, gọt vỏ
- 3 cốc gelato tutti-frutti , làm mềm
- 3 lòng trắng trứng lớn
- ¾ cốc đường siêu mịn
- vài miếng dứa tươi để trang trí

HƯỚNG DẪN:

a) Cắt bánh thành 2 miếng dày và xếp thành hình vuông hoặc hình tròn trên một tấm lót chảo có thể tái sử dụng trên khay nướng để bạn có thể dễ dàng chuyển bánh sang đĩa phục vụ sau này.

b) Cắt 6 lát dứa thành hình tam giác hoặc làm tư, đặt trên mặt bánh để hứng nước nhỏ giọt. Xếp các miếng dứa lên trên mặt bánh, sau đó phủ gelato lên trên. Ngay lập tức đặt chảo vào ngăn đá để đông lạnh lại gelato nếu nó đã mềm quá nhiều.

c) Trong khi đó, đánh lòng trắng trứng cho đến khi thật cứng, sau đó đánh từ từ đường cho đến khi hỗn hợp trở nên cứng và bóng.

d) Trải đều hỗn hợp meringue lên gelato và cho vào ngăn đá tủ lạnh. Điều này có thể được đông lạnh trong một vài ngày, nếu muốn.

e) Khi sẵn sàng phục vụ, làm nóng lò ở nhiệt độ 450°F (230°C). Đặt chảo nướng vào lò nóng chỉ từ 5 đến 7 phút hoặc cho đến khi vàng đều.

f) Múc ra đĩa và dùng ngay, trang trí bằng vài miếng dứa tươi.

96.Kem gelato nhúng sô-cô-la

THÀNH PHẦN:
- 1 công thức gelato vani sang trọng
- 1 công thức sốt sô-cô-la
- các loại hạt hoặc rắc thái nhỏ

HƯỚNG DẪN:
a) Làm kem thành từng muỗng có kích cỡ khác nhau. Đặt chúng ngay lập tức trên giấy sáp và đông lạnh lại thật kỹ.
b) Chuẩn bị nước sốt sô cô la rồi để ở nơi mát (không lạnh) cho đến khi nguội nhưng không đặc lại.
c) Đậy vài tấm chảo bằng giấy sáp. Đẩy một que kem vào giữa muỗng kem và nhúng nó vào sô cô la để phủ kín hoàn toàn. Giữ nó trên bát sô cô la cho đến khi nó nhỏ giọt xong rồi đặt nó lên tờ giấy sáp sạch.
d) Rắc các loại hạt hoặc rắc màu nếu bạn muốn. Cho đá vào ngăn đá và để cho đến khi thật cứng (vài giờ). Mặc dù chúng sẽ giữ được trong vài tuần, nhưng tùy thuộc vào loại kem được sử dụng, tốt hơn hết bạn nên ăn chúng càng sớm càng tốt.
e) Làm được 6–8 (nhiều hơn nếu dùng muỗng rất nhỏ)

97.Cappuccino sinh tố

THÀNH PHẦN:
- 4 muỗng canh. Coffee Liqueur
- ½ công thức gelato cà phê
- 4 muỗng canh. Rum
- ½ cốc kem đặc, đánh bông
- 1 muỗng canh. bột ca cao không đường, rây

HƯỚNG DẪN:

a) Đổ rượu mùi vào đế của 6 ly hoặc cốc chống đông và làm lạnh kỹ hoặc đông lạnh.

b) Chuẩn bị gelato theo hướng dẫn cho đến khi đông lạnh một phần. Sau đó, đánh rượu rum bằng máy trộn điện cho đến khi sủi bọt, đổ ngay rượu mùi đông lạnh vào và đông lạnh lại cho đến khi cứng nhưng không cứng.

c) Phết kem tươi lên trên gelato.

d) Rắc nhiều bột ca cao và cho vào ngăn đá tủ lạnh trong vài phút cho đến khi bạn hoàn toàn sẵn sàng phục vụ.

98. Quả sung luộc trong rượu vang đỏ có gia vị kèm gelato

THÀNH PHẦN:
- 1½ cốc rượu vang đỏ khô
- 1 muỗng canh Đường (1-2T), tùy khẩu vị
- 1 thanh quế
- 3 tép nguyên
- 3 quả sung tươi nguyên quả, cắt tư
- Gelato vani dùng kèm
- Nhánh bạc hà để trang trí nếu thích

HƯỚNG DẪN:

a) Trong một cái chảo kết hợp rượu, đường, quế và đinh hương.

b) Đun sôi chất lỏng trên lửa cao vừa phải, khuấy đều và đun nhỏ lửa hỗn hợp trong 5 phút. Thêm quả sung và đun nhỏ lửa cho đến khi quả sung được đun nóng. Để nguội cho ấm.

c) Xếp các muỗng gelato vào hai ly có cuống và đặt quả sung và một ít chất lỏng săn trộm lên trên. Trang trí với bạc hà nếu muốn.

99.Bánh kem gelato Pina colada meringue

THÀNH PHẦN:
- ½ cốc dứa đã khử nước
- 20 g sôcôla đen (70%)
- 100 g bánh trứng đường làm sẵn
- 1¼ cốc kem nặng
- 2-4 muỗng canh rượu rum dừa Malibu
- Bạc hà tươi hoặc dừa nạo nướng để trang trí

HƯỚNG DẪN:

a) Dùng màng bọc thực phẩm bọc kín khuôn bánh mì 13 x 23 cm. Hãy chắc chắn rằng bạn để lại vài cm nhựa nhô ra hai bên.

b) Cắt dứa sao cho không có miếng nào to hơn quả nho khô. Làm tương tự với sô cô la.

c) Đập meringue thành vụn. Cố gắng làm điều này thật nhanh vì bánh trứng đường sẽ hút hơi ẩm từ không khí và trở nên dính.

d) Trong một tô trộn lớn, đánh kem đặc đến chóp mềm. Thêm Malibu vào, sau đó đánh lại trong vài giây cho đến khi có chóp mềm trở lại.

e) Cho dứa và sô cô la vào tô rồi trộn nhẹ nhàng với kem. Thêm meringue vào và nhẹ nhàng gấp lại. Đổ tất cả mọi thứ vào hộp đựng bánh mì và đập nhẹ vài cái vào quầy để đồ bên trong lắng xuống và phân bố đều. Gấp phần nhựa nhô ra lên trên mặt bánh, sau đó bọc hộp thiếc bằng một lớp màng bọc thực phẩm khác. Cho bánh vào ngăn đá tủ lạnh qua đêm.

f) Để phục vụ, hãy dùng phần nhựa nhô ra để kéo bánh ra khỏi hộp thiếc. Cắt lát và rắc nhánh bạc hà lên trên, hoặc tốt hơn là rắc dừa nạo nướng. Đó là một chiếc bánh kem mềm nên hãy ăn ngấu nghiến ngay.

100.Bánh Gelato dâu Meringue

THÀNH PHẦN:
- bánh trứng đường Ý
- 4 lòng trắng trứng tươi
- 1 ½ chén đường trắng
- ¼ cốc nước
- 1 muỗng canh glucose lỏng hoặc xi-rô ngô nhẹ
- dâu tây
- 3 cốc dâu tây, rửa sạch, phơi khô và bỏ vỏ
- 1 muỗng canh đường bột/bánh kẹo
- 1 muỗng canh đường trắng
- kem
- ¾ cốc kem đôi/kem đặc

HƯỚNG DẪN:

a) Để làm bánh trứng đường kiểu Ý, hãy cho đường, nước và xi-rô đường/ngô vào một chiếc nồi lớn vừa. Cho trứng vào tô (sạch sẽ) của máy trộn đứng.

b) Đặt lửa dưới nồi ở mức trung bình cao, cho hỗn hợp đường vào đun sôi, xoay nồi để đường tan hết.

c) Sử dụng nhiệt kế đường để kiểm tra nhiệt độ của xi-rô đang sôi. Hãy cẩn thận với đường nóng! Khi nhiệt độ đạt 100C, khởi động máy đánh trứng trên máy trộn đứng ở mức cao.

d) Khi đường đạt đến 116C (hoặc giai đoạn 'quả bóng mềm'), tắt lửa và từ từ đổ vào lòng trắng trứng bông xốp, giữ máy trộn ở tốc độ trung bình cao.

e) Sau khi đổ hết xi-rô vào, hãy giảm tốc độ xuống thấp và tiếp tục đánh cho đến khi lòng trắng trứng nguội, quá trình này có thể mất đến ba mươi phút.

f) Trong khi điều này đang diễn ra, hãy lấy một nửa số dâu tây và đường trong bánh kẹo rồi cho vào máy xay thực phẩm xay cho đến khi mịn. Lọc qua rây để loại bỏ hạt rồi bảo quản trong tủ lạnh.

g) Lấy nửa quả dâu còn lại và cắt thành từng miếng. Dành những lát đẹp nhất để trang trí bánh của bạn, thêm đường trắng vào phần còn lại và để nguyên.

h) Cho kem vào tô lớn và đánh cho đến khi kem mềm (hãy nghĩ đến kem sundaes hoặc Mr Whippy, ở Anh)
i) Lấy một hộp đựng bánh mì có thể chứa ít nhất sáu cốc, bạn có thể cần một hộp đựng khác vì hỗn hợp này có thể tạo ra giá trị lên đến mười cốc... làm ẩm nó bằng một ít nước, rũ bỏ phần thừa và lót nó bằng màng bọc thực phẩm.
j) Đặt những lát dâu tây đã chuẩn bị sẵn theo hình mẫu ở dưới đáy khuôn bánh mì đã lót giấy của bạn.
k) Lấy kem và múc nó vào meringue cùng với dâu tây nghiền và dâu tây cắt lát. Nhẹ nhàng gấp tất cả lại với nhau bằng thìa ăn cho đến khi nó gợn sóng.
l) Múc hỗn hợp vào hộp thiếc đã chuẩn bị sẵn, phần còn thừa có thể múc vào hộp đựng khác có lót sẵn. Phần trên của bánh chính có thể được làm phẳng bằng thìa kéo ngang qua nó, giống như người thợ nề làm phẳng xi măng trên tường gạch. Làm điều này trên thùng chứa khác để hứng hỗn hợp dư thừa.
m) Che bằng bọc nhựa và đóng băng cho đến khi đông lại. Quá trình này sẽ mất ít nhất 7-8 giờ, nhưng có thể để qua đêm để keo cứng lại hoàn toàn.
n) Lấy ra khỏi tủ đông 10 phút trước khi dùng, kéo màng bọc thực phẩm, bày ra đĩa phục vụ, tháo màng bọc thực phẩm và dùng dao cắt bánh mì ngâm trong nước nóng để cắt lát.

PHẦN KẾT LUẬN

Khi chúng tôi kết thúc hành trình đầy hương vị của mình thông qua "Ẩm thực veneto", chúng tôi hy vọng bạn đã trải nghiệm sự kỳ diệu và chân thực của ẩm thực Venice trong sự thoải mái ngay trong căn bếp của chính mình. Mỗi công thức trong các trang này là sự tôn vinh tấm thảm hương vị phong phú đặc trưng của vùng Veneto—sự tôn vinh truyền thống ẩm thực đa dạng, sự tươi ngon của nguyên liệu địa phương và tính nghệ thuật của các món ăn đơn giản nhưng tinh tế.

Cho dù bạn đã thưởng thức vị đậm đà của món risotto hải sản, hương vị đậm đà của món polenta của Venice hay thích thú với vị ngọt của tiramisu, chúng tôi tin rằng 100 công thức nấu ăn này sẽ đưa bạn đến trung tâm vùng Đông Bắc nước Ý. Ngoài các nguyên liệu và kỹ thuật, cầu mong tinh thần nấu ăn của Venice sẽ truyền cảm hứng cho bạn để truyền vào bữa ăn của mình sự ấm áp, đơn giản và sang trọng, những đặc điểm đã tạo nên truyền thống ẩm thực này.

Khi bạn tiếp tục khám phá thế giới hương vị Venice, có thể "Ẩm thực veneto" sẽ là người bạn đồng hành đáng tin cậy của bạn, hướng dẫn bạn đi qua các cảnh quan, khu chợ và những truyền thống ngon miệng đã biến vùng này trở thành một kho tàng ẩm thực thực sự. Đây là cách thưởng thức hương vị thơm ngon và dễ dàng của vùng Đông Bắc nước Ý—buon viaggio culinario!

www.ingramcontent.com/pod-product-compliance
Lightning Source LLC
Chambersburg PA
CBHW050151130526
44591CB00033B/1248